வேறா பானோவா

ஸெர்யோஷா

சின்னஞ்சிறு பையனின்
வாழ்க்கையிலிருந்து சில நிகழ்ச்சிகள்

தமிழில்: பூ.சோமசுந்தரம்

ஸெர்யோஷா
வேரா பானோவா
தமிழில்: பூ.சோமசுந்தரம்

Seryozha
by V. Panova

Noolvanam First Edition: October 2019
176 Pages
NV 030

Designed & Printed by **Ramani Print Solution**

Noolvanam
M 22, 6th Avenue
Alagapuri Nagar,
Ramapuram,
Chennai - 600 089.
Mobile: +91 91765 49991

முதல் பதிப்பு: முன்னேற்றப் பதிப்பகம், மாஸ்கோ.

ஸெர்யோஷா யார், எங்கே வசிக்கிறான்

அவன் பெண்ணைப்போல் இருப்பதாக யாரோ கதை கட்டி விட்டார்கள். வேடிக்கைதான். பெண்கள் கவுன் போட்டுக் கொள்கிறார்கள். ஸெர்யோஷாவோ, ரொம்பக் காலமாக கவுன் போட்டுக் கொள்வதில்லை. பெண்களிடம் எங்கேயாவது கவண் இருக்குமோ? ஸெர்யோஷாவிடமோ இருக்கிறது கவண். அதில் கற்களை வைத்து அடிக்கலாம். அவனுக்குக் கவண் செய்து தந்தான் ஷூரிக். பதிலாக ஸெர்யோஷா தான் வாழ்நாள் முழுவதிலும் திரட்டிச் சேர்த்திருந்த நூல் கண்டுகளை ஷூரிக்குக்குக் கொடுத்து விட்டான்.

அது என்ன தான் தலைமயிரோ அவனுக்கு. எத்தனையோ தரம் மெஷினால் ஒட்டக் கத்தரித்தாயிற்று. ஸெர்யோஷா துப்பட்டியால் போர்த்துக் கொண்டு அசங்காமல் உட்கார்த்திருக்கிறான், கடைசிவரை பொறுத்துக்கொள்கிறான்; அப்படியும் இந்தத் தலைமயிர் மறுபடியும் வளர்ந்து விடுகிறது.

அவன் கெட்டிக்காரனாம், எல்லோரும் சொல்லுகிறார்கள். எத்தனையோ புத்தகங்கள் அவனுக்கு மனப்பாடம். ஒரு புத்தகத்தை இரண்டு மூன்று தடவை படிக்கக் கேட்க வேண்டியதுதான், அவனால் அப்படியே ஒப்பிக்க முடியும். எழுத்துக்களும் அவனுக்குத் தெரியுந்தான். ஆனால் தானே

படிப்பதற்கு மிகுந்த நேரம் பிடிக்கும். புத்தகங்கள் வண்ணப் பென்சில்களால் அடை அடையாகத் தீட்டியிருக்கும், ஏனென்றால் படங்களுக்கு வண்ணம் தீட்டுவது ஸெர்யோஷாவுக்குப் பிடிக்கும். படங்கள் ஏற்கெனவே பலநிறங்கள் உள்ளவையாக இருந்தாலுங்கூட அவன் தன் ருசிக்கு ஏற்ப மறு வண்ணங்கள் தீட்டிவிடுவான். புத்தகங்கள் நெடுநாள் புதிதாக இரா, ஏடு ஏடாக உதிர்ந்துவிடும். பாஷா அத்தைதான் ஓரங்களில் கிழிந்த பக்கங்களை ஒட்டி, சேர்த்துத் தைத்து, புத்தகங்களைச் சீர்படுத்துவாள்.

ஏதாவது ஒரு பக்கம் காணாமல் போனால் ஸெர்யோஷா அதைத் தேடுவான், அதைக் கண்டுபிடித்தால்தான் ஆறுதல் அடைவான். தன் புத்தகங்கள் மேல் அவனுக்கு நிரம்ப ஈடுபாடு. ஆனால் அவற்றில் உள்ள கதைகளை அவன் உள்ளூற ஏற்றுக்கொள்வதில்லை. பிராணிகள் உண்மையில் பேசுவது கிடையாது, இரத்தினக் கம்பளத்தால் பறக்க முடியாது, ஏனென்றால் அதில் இயந்திரம் இல்லை – இதெல்லாம் ஒவ்வொரு மடையனுக்குங்கூடத் தெரிந்த சேதி ஆயிற்றே.

பெரியவர்கள் சூனியக்காரியைப் பற்றிக் கதை படித்துவிட்டு அதே மூச்சில் 'ஸெர்யோஷா, சூனியக்காரிகள் உண்மையில் இருப்பதில்லை' என்று சொன்னால் பொதுவாக இந்தப் புத்தகங்களை நம்புவது எப்படியாம்?

இருந்தாலும் விறகு வெட்டியும் அவனுடைய மனைவியும் தங்கள் குழந்தைகளை ஏமாற்றிக் காட்டிற்கு அழைத்துப் போய், அவர்கள் ஒரு போதும் வீடு திரும்பாமல் வழி தப்பி அலையும்படி விட்டுவிட்டு வந்ததை அவனால் சகிக்கவே முடிவதில்லை. சித்திரக் குள்ளன் எல்லோரையும் காப்பாற்றி விட்டான் என்பது உண்மை ஆயினும், இந்த மாதிரி விவகாரங்களைக் கேட்பதைச் சகிக்க முடியாது. ஸெர்யோஷா இந்தப் புத்தகத்தைப் படித்துக் காட்ட எவரையும் விட மாட்டான்.

அம்மா, பாஷா அத்தை, லுக்யானிச் மூவரோடும் ஒரே வீட்டில் ஸெர்யோஷா வசிக்கிறான். அவர்கள் வீட்டில் மூன்று அறைகள். ஒன்றில் அம்மாவும் ஸெர்யோஷாவும், இன்னொன்றில் பாஷா அத்தையும் லுக்யானிச்சும்

வசிக்கிறார்கள். மூன்றாவது சாப்பாட்டு அறை. விருந்தாளிகள் வந்தால் எல்லோரும் சாப்பாடு அறையில் உண்பார்கள், இல்லாவிட்டால் சமையல் அறையிலேயே சாப்பிடுவார்கள். அறைகள் தவிர வராந்தாவும் வெளி முகப்பும் உண்டு. வெளி முகப்பில் கோழிகள். இரண்டு நீளப் பாத்திகளில் வெங்காயமும் முள்ளங்கியும் வளர்கின்றன. கோழிகள் பாத்திகளைக் கிண்டிக் கிளறக்கூடாது என்பதற்காகச் சுற்றிலும் முள்கம்புகள் நட்டிருக்கின்றன. ஸெர்யோஷாவுக்கு முள்ளங்கி பிடுங்க வேண்டியிருக்கும் போது இந்த முட்கள் அவன் கால்களை ஓயாமல் பறண்டி விடும். அவர்களுடைய ஊர் சின்னது என்று எண்ணப்படுகிறது. இது சரி அல்ல என்று ஸெர்யோஷாவும் அவனுடைய தோழர்களும் நினைக்கிறார்கள். அவர்கள் கருத்துப்படி அது பெரிய நகரம், கடைகள், நீர் இறைவைப் பம்புகள், நினைவுச் சின்னம், சினிமா, எல்லாம் அதில் இருக்கின்றன. சில வேளைகளில் அம்மா ஸெர்யோஷாவைத் தன்னோடு சினிமாவுக்கு அழைத்துப் போவாள். ஹாலில் விளக்குகள் அணைந்ததும் ஸெர்யோஷா தாயாரிடம், 'அம்மா, உனக்கு ஏதேனும் புரிந்தால் எனக்குச் சொல்லு' என்பான்.

வீதிகளில் மோட்டார்கள் போகும். காரோட்டி திமோகின் தன்னுடைய லாரியில் சிறுவர்களை ஏற்றிச்செல்வான். ஆனால் எப்போதாவதுதான். திமோகின் வோத்கா குடிக்காத வேளைகளில் மட்டுமே இந்தச் சவாரி கிடைக்கும். அப்போது அவன் புருவத்தைச் சுளித்துக் கொண்டு ஒன்றுமே பேசாமல் புகைப் பிடிப்பான், துப்புவான், சிறுவர்களை லாரியில் ஏற்றிச் செல்வான். அவன் களிப்போடு வந்தாலோ, அவனைக் கேட்பது வீண், ஒரு பயனும் ஏற்படாது. ஜன்னல் வழியாகக் கையை வீசி ஆட்டி, 'வணக்கம், பையன்களா! நெறிமுறை உரிமை எனக்கு இல்லை! நான் குடித்திருக்கிறேன்!' என்று கத்துவான்.

ஸெர்யோஷா வசிக்கும் வீதிக்கு 'தால்னயா'* என்று பெயர். அப்படிப் பெயர் தானே தவிர அதிலிருந்து எல்லாம் கிட்டத்திலேயே இருக்கின்றன. சதுக்கம் ஒரு இரண்டு கிலோமீட்டர் என்று வாஸ்யா சொல்லுகிறான். 'யாஸ்னிய் பேரிக்'** என்னும் அரசாங்கப் பண்ணையோ, இன்னும் கிட்டமாம், வாஸ்யா சொல்லுகிறான்.

'யாஸ்னிய் பேரிக்' அரசாங்கப் பண்ணையைவிட முக்கியமானது எதுவும் இல்லை. லுக்யானிக் அங்கே வேலை செய்கிறான். உப்பிலிட்ட மீனும் தயாரிப்புச் சாமான்களும் வாங்குவதற்குப் பாஷா அத்தை அங்கேயுள்ள கடைக்குத்தான் போவாள். அம்மாவின் பள்ளிக்கூடமும் அரசாங்கப் பண்ணையில் தான் இருக்கிறது. விழா நாட்களில் பள்ளிக்கூடக் காலைக் கொண்டாட்டங்களுக்கு ஸெர்யோஷா தாயாருடன் போவதுண்டு. செம்பட் பீமாவுடன் ஸெர்யோஷா அங்கேதான் சினேகிதம் செய்துகொண்டான். அவள் பெரியவள். அவளுக்கு எட்டு வயது. அவளுடைய இரட்டைப் பின்னல்கள் காதுகளுக்கு மேல் சுருளாக முடிந்திருக்கும். சடைகளில் நாடாக்கள் வைத்துப் பின்னி, ரிப்பன்கள் கட்டியிருக்கும். ரிப்பன்கள் கறுப்பாகவோ, ஊதாவாகவோ, வெள்ளையாகவோ, பழுப்பாகவோ இருக்கும். பீமாவிடம் ரிப்பன்கள் ரொம்ப நிறைய. ஸெர்யோஷா தானாகக் கவனித்திருக்க மாட்டான், ஆனால் பீமாவே அவனிடம் கேட்டாள்:

'என்னிடம் எவ்வளவு நிறைய ரிப்பன்கள், கவனித்தாயா?' என்று.

அவனுடைய வாழ்க்கையில் உள்ள சிரமங்கள்

அவள் இப்படிக் கேட்டதே சரியாயிற்று. இல்லாவிட்டால் எல்லாவற்றையும் கவனிக்க முடிகிறதா என்ன? கவனம் செலுத்துவதில் ஸெர்யோஷாவுக்கு மகிழ்ச்சிதான். ஆனால் கவனம் தான் போதுவதில்லை. நாலா பக்கமும் அத்தனை பொருள்கள். உலகத்திலே பொருள்கள் செம்மிக் கிடக்கின்றன. எங்கே, எல்லாவற்றையும் கவனிக்க முடிகிறதா, பாரேன்.

---

* தொலைவிலுள்ளது. (மொ-ர்)
** தெளிந்த கரை. (மொ-ர்)

அனேகமாக எல்லா வஸ்துக்களுமே ரொம்பப் பெரியவை. கதவுகள் ஒரே உயரம். ஆட்களோ (குழந்தைகள் தவிர) கிட்டத்தட்டக் கதவுகள் போலவே உயரம். லாரிகளையும் அறுவடை இயந்திரங்களையும் ரெயில்வே எஞ்சினைகளையும் பற்றியோ சொல்லவே வேண்டியதில்லை. ரெயிலவே எஞ்சின் ஊதும்போதும் அதன் ஊதலைத் தவிர வேறு எதுவுமே காதில் படாது.

பொதுவாகச் சொன்னால் அப்படி ஒன்றும் ஆபத்தில்லை. ஆட்கள் ஸெர்யோஷாவிடம் பரிவு காட்டுகிறார்கள். அவனுக்கு வேண்டியிருந்தால் குனிகிறார்கள். தங்களுடைய பிரமாண்டமான பாதங்களால் அவனை ஒருபோதும் மிதித்துவிடுவதில்லை. லாரிகளும், அறுவடை இயந்திரங்களுங்கூட, அவற்றுக்கு முன்னே தெருவின் குறுக்காக ஓடாவிட்டால், கேடு செய்ய மாட்டா. ரெயில்வே எஞ்சின்களோ, வெகுதொலைவில், ரெயில் நிலையத்தில் இருக்கின்றன. ஸெர்யோஷா திமோகினுடன் அங்கே இரண்டு தடவை போயிருக்கிறான். இதோ வெளிமுகப்பில் சுற்றித் திரிகிறது ஒரு பிராணி. அதற்கு வட்டமான, சந்தேகம் ததும்பும், உறுத்துப் பார்க்கும் விழிகள். மிகப் பெரிய, மூச்சு விடும் சதைத்தாடி, உப்பிய பெருமார்பு, இரும்பு அலகு. இதோ அந்தப் பிராணி நின்று, காய்ப்புள்ள கால்களால் மண்ணைச் சீத்துக் கிளறுகிறது. கழுத்தை நீட்டி நிமிரும்போது அது ஸெர்யோஷா அளவு உயரமாக இருக்கிறது. முட்டாள்தனமாக விருந்துக்கு ஓடி வந்த அண்டை வீட்டு இளஞ்சேவலைக் கொத்தியதே, அதேபோல ஸெர்யோஷாவையும் கொத்த அதனால் முடியும். இரத்த வெறிகொண்ட இந்தப் பிராணியிடமிருந்து ஸெர்யோஷா ஒரு புறமாக ஒதுங்கிப் போய்விடுவான் – அதைக் கவனிக்கவே இல்லை போன்ற பாவனையுடன். அதுவோ, சிவப்புக் கொண்டையை ஒரு பக்கம் தொங்கவிட்டபடி அச்சுறுத்தும் வகையில் அடித் தொண்டையால் ஏதோ சொல்லிவிட்டு, எச்சரிக்கையுள்ள கெட்ட பார்வையால் அவனைத் தொடர்ந்து நோக்கும்...

சேவல்கள் கொத்தும், பூனைகள் பிறாண்டும், காஞ்சொறி காந்தச் செய்யும், சிறுவர்கள் சண்டையிடுவார்கள், தரையோ, விழும்போதெல்லாம் முழங்கால் தோலை வழட்டிவிடும்.

ஆக ஸெர்யோஷாவின் உடம்பு முழுவதிலும் கீறல்களும் சிறாய்ப்புகளும் முழைப்புக்களுமாக நிறைந்திருக்கும். அனேகமாக ஒவ்வொரு நாளும் அவன் மேனியில் எங்கிருந்தாவது இரத்தம் வரும். எப்போதும் ஏதாவது விபத்து நேர்ந்த வண்ணமாயிருக்கும். வாஸ்யா சுற்றுச் சுவர் மேல் தொற்றி ஏறினான். ஸெர்யோஷாவும் ஏற முயன்றான். லீதா வீட்டுத் தோட்டத்தில் கிடங்கு வெட்டினார்கள். எல்லாப் பையன்களும் கிடங்கைத் தாண்டலானார்கள். ஒருவருக்கும் ஒன்றும் நேரவில்லை. ஸெர்யோஷா தாண்டிக் குதித்தவன் கிடங்கில் விழுந்து விட்டான். கால் வீங்கி வலித்தது. ஸெர்யோஷாவைக் கட்டிலில் படுக்கப் போட்டார்கள். கால் நேரானதுமே வெளியே போய்ப் பந்து விளையாடத் தொடங்கினான். பந்து கூரைக்கு மேலே போய்ப் புகைப் போக்கிக்கு அப்பால் விழுந்துவிட்டது. வாஸ்யா வந்து எடுக்கும் வரை அங்கேயே கிடந்தது. ஒரு தடவை ஸெர்யோஷா ஆற்றில் மூழ்காமல் மயிரிழை தப்பினான். ஸெர்யோஷா, வாஸ்யா, பீமா, தனக்குத் தெரிந்த இன்னொரு சிறுமி நாத்யா, நால்வரையும் லுக்யானிச் ஆற்றில் ஓடத்தில் ஏற்றிச் சென்றான். லுக்யானிச்சின் ஓடம் கடைகெட்டது போலிருக்கிறது. குழந்தைகள் லேசாக அசைந்தார்கள். அவ்வளவுதான். ஓடம் தள்ளாடிற்று, லுக்யானிச் ஒருவன் தவிர மற்றவர்கள் எல்லோரும் நீரில் விழுந்து விட்டார்கள். தண்ணீர் ஒரேயடியாகச் சில்லிட்டிருந்தது. அது ஸெர்யோஷாவின் மூக்கிலும் வாயிலும் காதுகளிலும் உடனே நிறைந்துவிட்டது. அவனால் கத்தகூட முடியவில்லை. வயிற்றிலுங்கூடப் புகுந்துவிட்டது தண்ணீர். ஸெர்யோஷா தொப்பலாக நனைந்து கனத்துப் போனான். யாரோ அவனைக் கீழே இழுப்பது போலிருந்தது. முன் ஒருபோதும் ஏற்படாத கிலி அவனைப் பற்றிக் கொண்டது. போதாக்குறைக்கு இருட்டாக வேறு இருந்தது. இந்த நிலைமை நம்பமுடியாத அளவு நீடித்தது. திடீரென்று யாரோ அவனை மேலே தூக்கினார்கள். அவன் கண்களைத் திறந்தான். முகத்துக்கு அருகே ஆறு பெருகியோடிற்று. கரை தென்பட்டது. எல்லாம் வெயிலில் தகதகத்தது. ஸெர்யோஷாவின் உள்ளே இருந்த நீர் வாந்தியாக வெளியேறிற்று. அவன் ஆழ்ந்த மூச்சு விட்டான். கரை மேலும் மேலும் கிட்டே நெருங்கியது. திண்ணமான மணல் மேல் ஸெர்யோஷா கைகளையும் கால்களையும்

ஊன்றிக் கொண்டான். குளிராலும் பயத்தாலும் அவனுக்கு உதறல் எடுத்தது. அவன் தலைமயிரைப் பிடித்து நீருக்கு வெளியே இழுக்கும் எண்ணம் வாஸ்யாவுக்குத் தான் தோன்றியது. ஸெர்யோஷாவுக்கு மட்டும் தலைமயிர் நீளமாக இல்லாவிட்டால் என்ன ஆகியிருக்கும்?

பீமா தானே நீந்திக் கரை சேர்ந்துவிட்டாள். அவளுக்கு நீந்தத் தெரியும். ஆனால் நாத்யாவும் மூழ்கத் தெரிந்தாள். லுக்யானிச் தான் அவளைக் காப்பாற்றினான். கூட்டுப்பண்ணைக்காரிகள் ஓடத்தைப் பிடித்துக்கொண்டு வந்து, அதை எடுத்துப் போகும்படி லுக்யானிச்சுக்கு அவனுடைய அலுவலகத்துக்குப் போன் செய்தார்கள். ஆனால் லுக்யானிச் அப்புறம் சிறுவர்களை ஓடத்தில் ஏற்றிச் செல்வதில்லை. 'இனிமேல் எப்போதாவது நான் உங்களோடு ஓடத்தில் போனால் நாசமாய்ப் போவேனாக!' என்கிறான் அவன்.

பகல் முழுவதும் பார்க்கவும் அனுபவிக்கவும் வேண்டியிருப்பவற்றால் ஸெர்யோஷா மிகவும் களைத்துப் போவான். மாலைப் பொழுதுக்குள் ஒரேயடியாகச் சோர்ந்துவிடுவான். அவனுக்குப் பேச்சு கிளம்புவது அரிதாகிவிடும். கண்கள் பறவைகளின் விழிகள்போல மயங்கும். அவன் கைகளையும் கால்களையும் கழுவி வேறு சட்டை மாட்டுவார்கள். அவன் இந்தக் காரியங்களில் பங்கு கொள்வதில்லை. சாவி தீர்ந்துபோன கடிகாரம் போல ஓய்ந்து போய்விடுவான்.

வெளிர்முடித் தலையைத் தாராளமாக ஒருபுறம் சாய்த்துக்கொண்டு, மெலிந்த கைகளை அகலப் பரப்பி, ஒரு காலை விரைப்பாக நீட்டி, மறு காலை முட்டில் மடக்கியபடி அவன் உறங்குவான் – செங்குத்தான ஏணியில் ஏறுபவன் போல. இரண்டு அலைகளாகப் பிரிந்த மெல்லிய, லேசான தலைமயிர் காளைக்கன்றினது போலப் புருவங்களுக்கு மேல் துருத்திய இரண்டு முழைப்புக்கள் கொண்ட நெற்றியைத் திறந்து காட்டும். நிழல் அடர்ந்த மயிர்களால் விளிம்பு கட்டிய பெரிய இமைகள் இறுக மூடியிருக்கும். வாய் நடுவில் சற்றே திறந்தும் ஓரங்களில் உறக்கத்தால ஒட்டிக் கொண்டும் இருக்கும். அவன் ஓசையின்றி மூச்சு விடுவான் – பூப் போல.

ஸெர்யோஷா தூங்கும்போது பறை கொட்டினாலும் சரி, பீரங்கி வெடி அதிர்ந்தாலும் சரி, விழித்துக் கொள்ள மாட்டான். மேற்கொண்டு வாழ்வதற்காகச் சக்தியைத் திரட்டிச் சேர்ப்பான்.

வீட்டில் மாறுதல்கள்

'**ஸெ**ர்யோஷாக் கண்ணு, கேளு. நம் வீட்டில் அப்பா இருக்க வேண்டும் என்று எனக்கு ஆசையாக இருக்கிறது' என்றாள் அம்மா.

ஸெர்யோஷா அவளை ஏறெடுத்து நோக்கினான். இதைப் பற்றி அவன் எண்ணியதில்லை. சில பையன்களுக்குத் தகப்பனார்கள் இருக்கிறார்கள், சிலருக்கு இல்லை. ஸெர்யோஷாவுக்கும் இல்லை. அவனுடைய தகப்பனார் போரில் கொல்லப்பட்டு விட்டார். ஸெர்யோஷா அவரைப் படத்தில்தான் பார்த்திருக்கிறான். சில வேளைகளில் அம்மா படத்தை முத்தமிட்டுவிட்டு ஸெர்யோஷாவுக்கும் முத்தமிடத் தருவாள். அம்மாவின் மூச்சால் ஆவிபடிந்து மங்கிய கண்ணாடி மீது ஸெர்யோஷா உதடுகளைத் தயாராக ஒற்றுவான், ஆனால் அவனுக்கு அன்பு உண்டாகாது. படத்தில் மட்டுமே பார்த்து ஒருவர்பால் அன்பு கொள்ள அவனால் முடியவில்லை.

தாயாரின் முழங்கால்களுக்கு நடுவே நின்று கொண்டு கேள்விக் குறியுடன் அவள் முகத்தை நோக்கினான். அது மெதுவாகச் சிவப்பேறியது. முதலில் கன்னங்கள் ரோஜா நிறமாயின. அப்புறம் கனிந்த செம்மை அவற்றிலிருந்து நெற்றிக்கும் காதுகளுக்கும் பரவிற்று... தாயார் ஸெர்யோஷாவை ஆரத் தழுவி அவன் தலைமேல் கொதிக்கும் கன்னத்தை அழுத்திக் கொண்டாள். வெள்ளைப் புள்ளிகளிட்ட நீலச் சட்டை அணிந்த அவளது கரம் மட்டுமே இப்போது அவனுக்குத் தென்பட்டது.

'அப்பா இல்லாவிட்டால் மோசம், உண்மைதானே? உண்மைதானே?' என்று அம்மா கிசுகிசுத்தாள்.

'ஆம்' என்று அவனும் எதற்காகவோ கிசுகிசுத்தான்.

உண்மையில் அவனுக்கு இதில் நம்பிக்கை இல்லை. அவன் 'ஆம்' என்று சொல்ல வேண்டும் எனத் தாயார் விரும்பியதால் தான் அவன் 'ஆம்' என்று கூறினான். அப்பா இருப்பது மேலா அல்லது இல்லாதிருப்பது மேலா என்று உடனேயே சீர்தூக்கிப் பார்க்கலானான். திமோகின் லாரியில் அவர்களை ஏற்றிச் செல்லும்போது எல்லோரும் மேலே உட்காருவார்கள், ஆனால் ஷூரிக் எப்போதும் காரோட்டி அறையில் உட்கார்ந்து கொள்வான். மற்றவர்கள் எல்லோரும் அவன்மேல் பொறாமைப்படுவார்கள், ஆனால் சச்சரவிடுவதில்லை, ஏனென்றால் திமோகின் ஷூரிக்கின் அப்பா. மறுபுறம் ஷூரிக் அழுத கண்களுடன் ஏக்கம் ததும்ப வளையவருவான். ஸெர்யோஷாவுக்கு இரக்கமாயிருக்கும். ஷூரிக்கைத் தேற்றுவதற்காகத் தன் விளையாட்டுச் சாமான்களை எல்லாம் வெளிமுகப்புக்குக் கொண்டு வருவான்... ஆனாலும் அப்பா இருப்பது மேல்தான் போலும். சமீபத்தில் வாஸ்யா லீதாவை ஏதோ கடிந்து சொல்லிவிட்டான். அதற்கு அவள், 'எனக்கு அப்பா இருக்கிறாரே, உனக்கு இல்லையே, கெக்கே!' என்று கத்தினாள்.

தாயாரின் மார்புக்குள் மந்தமான படபடப்பு ஒலி எதனால் கேட்கிறது என்று தெரிந்துகொள்வதற்காக, 'என்ன இது அடித்துக்கொள்கிறது?' என்று உரக்க வினவினான் ஸெர்யோஷா. அம்மா வாய்விட்டுச் சிரித்து, ஸெர்யோஷாவை முத்தமிட்டு, இறுகப் புல்லினாள்.

'இது இதயம். என் இதயம்' என்றாள்.

'என்னுடையதோ?' என்று ஒலியைக் கேட்பதற்காகத் தலையைத் தாழ்த்தியபடி வினவினான் அவன்.

'உன்னுடையதுந்தான்.'

'இல்லை, என் இதயம் அடித்துக்கொள்ளவில்லை.'

'அடித்துக் கொள்கிறது. உனக்குத்தான் கேட்கவில்லை. இதயம் கட்டாயமாக அடித்துக்கொள்கிறது. இல்லாவிட்டால் மனிதன் உயிரோடிருக்க முடியாது.'

'எப்போதும் அடித்துக் கொள்கிறதா?'

'எப்போதும்.'

'நான் தூங்கும்போது?'

'நீ தூங்கும் போதுந்தான்.'

'உனக்குக் கேட்கிறதா?'

'ஆமாம், கேட்கிறது. நீ கையால் தொட்டு உணரலாம்.'

தாயார் அவன் கையை எடுத்து விலாவில் அழுத்தினாள்.

'உணர்கிறாயா?'

'உணர்கிறேன். நன்றாக அடித்துக் கொள்கிறது. அது பெரியதோ?'

'முட்டி பிடித்துக் கொள். இதயம் கிட்டத்தட்ட இந்த அளவானது.'

அவளது அணைப்பிலிருந்து திமிறிக் கொண்டு, 'விடு' என்று யோசனையுடன் சொன்னாள் ஸெர்யோஷா.

'எங்கே கிளம்பிவிட்டாய்?' என்று கேட்டாள் தாய்.

'இதோ வந்து விடுகிறேன்' என்று கூறிவிட்டு, இடது விலாவில் கையை வைத்து அழுத்தியபடியே தெருவுக்கு ஓடினான். தெருவில் வாஸ்யாவும் ஷேன்யாவும் இருந்தார்கள். ஸெர்யோஷா அவர்களிடம் ஓடி, 'இதோ, தொட்டுப் பாருங்கள். விரும்புகிறீர்களா? இங்கே என் இதயம் இருக்கிறது. நான் அதைக் கையால் தொட்டு உணர்கிறேன். தொட்டுப்பாருங்கள், விரும்புகிறீர்களா?' என்றான்.

'பிரமாதமாக்கும்! எல்லாருக்குந்தான் இதயம் இருக்கிறது' என்றான் வாஸ்யா.

ஆனால் ஷேன்யா, 'எங்கே, பார்ப்போம்' என்று சொல்லி, ஸெர்யோஷாவின் விலாவில் கையை வைத்தான்.

'உணர்கிறாயா?' என்று கேட்டான் ஸெர்யோஷா.

'ஆமாம்' என்றான் ஷேன்யா.

'அது கிட்டத்தட்ட என் கைமுட்டி அளவானது' என்றான் ஸெர்யோஷா.

'உனக்கு எப்படித் தெரியுமாம்?' என்று கேட்டான வாஸ்யா.

'எனக்கு அம்மா சொன்னாள்' என்று பதிலளித்துவிட்டு, அதோடு கூடவே, 'எனக்கு அப்பா வரப் போகிறாரே' என்றான் ஸெர்யோஷா.

ஆனால் தங்கள் வேலையில் முனைந்திருந்த வாஸ்யாவும் ஷேன்யாவும் அவன் சொன்னதைக் காதில் போட்டுக் கொள்ளவில்லை. மருந்துச் சரக்கு வாங்கும் நிலையத்துக்கு மூலிகைகளை எடுத்துப் போய்க் கொண்டிருந்தார்கள் அவர்கள். என்னென்ன மருந்துச் செடிகள் ஏற்றுக்கொள்ளப்படும் என்ற பட்டியல்கள் வேலிகளில் தொங்க விடப்பட்டிருந்தன. பையன்களுக்கு வேலை செய்து காசு சம்பாதிக்க விருப்பம் உண்டாயிற்று. இரண்டு நாட்கள் அவர்கள் மூலிகைகள் சேகரித்தார்கள். வாஸ்யா தான் சேகரித்த செடிகளைத் தாயாரிடம் கொடுத்து, ரகம் பிரித்துச் சுத்தமான துணியில் கட்டித் தரும்படி சொன்னான். இப்போது நறுவிசாகக் கட்டிய பெரிய மூட்டையுடன் நிலையத்துக்குப் போனான். ஷேன்யாவுக்கோ, தாயார் இல்லை. சித்தியும் அக்காளும் வேலைக்குப் போய்விட்டார்கள். தானே பாடுபட விருப்பமில்லை. பொத்தல்கள் நிறைந்த உருளைக் கிழங்குச் சாக்கில் மூலிகைகளை வேர்களுடனும் மண்ணோடுங்கூடப் போட்டு எடுத்துக் கொண்டு விற்கப் போனான் ஷேன்யா. ஆனால் அளவில் மிக நிறைய இருந்தது, வாஸ்யாவிடம் இருந்ததை விட அதிகம். மூட்டையை முதுகில் சுமந்து கொண்டு உடம்பை இரு பாதிகளாக வளைத்தபடி நடந்தான்.

'நானும் உங்களோடு வருகிறேன்' என்று அவர்கள் பின்னே ஓடினான் ஸெர்யோஷா.

'வேண்டாம். வீட்டுக்குத் திரும்பு. நாங்கள் காரியமாகப் போகிறோம்' என்றான் வாஸ்யா.

'நான் சும்மாத்தான். வெறுமே கூட வருகிறேன்' என்று சொன்னான் ஸெர்யோஷா.

‘திரும்பு என்கிறேனே! இது ஒன்றும் விளையாட்டு அல்ல. சின்னப் பையன்களுக்கு அங்கே வேலை இல்லை’ என்று வாஸ்யா அதட்டினான்.

ஸெர்யோஷா நின்றுவிட்டான். அவனுடைய உதடு துடித்தது, ஆனால் சிரமப்பட்டு அழுகையை அடக்கிக் கொண்டான். லீதா நெருங்கி வந்து விட்டாள். அவள் முன்னே அழுவது சரியல்ல. இல்லாவிட்டால் ‘அழுகுணி! அழுகுணி!’ என்று நையாண்டி செய்யத் தொடங்கிவிடுவாள்.

‘உன்னைக் கூட்டிக்கொண்டு போகவில்லையா அவர்கள்? அட சே!’ என்றாள் லீதா.

‘நான் மாத்திரம் விரும்பினேனோ, எல்லா வகை மூலிகைகளையும் இதோ, இவ்வளவு சேகரித்து விடுவேனாக்கும்! ஆகாயத்துக்கும் மேலே!’ என்று வீரியம் பேசினான் ஸெர்யோஷா.

‘ஆகாயத்துக்கம் மேலேயா? புளுகுகிறாய். ஆகாயத்துக்கும் மேலே யாராலுமே சேகரிக்க முடியாது’ என்றாள் லீதா.

‘இதோ எனக்கு அப்பா வந்துவிடுவார். அவர் சேகரிப்பார்’ என்று கூறினான் ஸெர்யோஷா.

‘எல்லாம் பொய். உனக்கு ஒரு அப்பாவும் வரப்போவதில்லை. அப்படியே வந்தாலும் அவரால் சேகரிக்க முடியாது. யாராலுமே சேகரிக்க முடியாது’ என்றாள் லீதா.

ஸெர்யோஷா தலையைப் பின்னே சாய்த்து வானத்தைப் பார்த்தபடியே எண்ணமிட்டான் – ஆகாயத்துக்கும் மேலே மூலிகைகளைச் சேகரிக்க முடியுமா, முடியாதா என்று. அவன் இந்த மாதிரிச் சிந்தித்துக் கொண்டிருக்கையில் லீதா தன் வீட்டுக்கு ஓடிப்போய்ப் பல நிற லேஞ்சியை எடுத்துக்கொண்டு வந்தாள். அவளுடைய தாயார் இந்த லேஞ்சியைச் சில வேளைகளில் கழுத்தைச் சுற்றியும் சில வேளைகளில் தலையிலும் கட்டிக் கொள்வதும் வழக்கம். லீதா லேஞ்சியை வீசி ஆட்டிய வண்ணம் கைகளையும் கால்களையும் வெட்டி வெட்டி அசைத்தபடி எதையோ பாடிக்கொண்டு நடனமாடத் தொடங்கினாள். ஸெர்யோஷா நின்று அதைப் பார்வையிட்டான். லீதா ஒரு

நிமிடம் ஆடுவதை நிறுத்திவிட்டு, 'தன்னை பாலே நடனம் கற்றுக்கொள்ள அனுப்பப் போவதாக நாத்யா சொல்வது பொய்' என்றாள்.

மறுபடியும் சிறிது நேரம் நடனமாடிவிட்டு, 'பாலே நடனம் மாஸ்கோவிலும் லெனின்கிராதிலும் கற்றுத் தருகிறார்கள்' என்றான்.

ஸெர்யோஷாவின் விழிகளில் பாராட்டு சுடர்வதைக் கண்டு, 'என்னடா நீ? கற்றுக் கொள்ளேன், ஊம்? என்னைப் பார்த்து நான் செய்கிறபடியே செய்' என்று பெருந்தன்மை தோன்ற அழைத்தாள்.

அவன் அப்படியே செய்யலானான். ஆனால் லேஞ்சி இல்லாமல் சரிப்பட்டு வரவில்லை. லீதா அவனைப் பாடும்படி கூறினாள். அதனாலும் பயன் இல்லை.

'எனக்கு லேஞ்சியைக் கொடு' என்று அவன் கேட்டான்.

'ஆசையைப் பாரப்பா!' என்றாள் அவள். கொடுக்க மறுத்துவிட்டாள்.

அந்தச் சமயத்தில் 'காஸ்' என்ற ஒரு ருஷ்ய ஜீப் மோட்டார் வந்து ஸெர்யோஷா வீட்டு வாயில் அருகே நின்றது. மோட்டாரிலிருந்து காரோட்டி மாது இறங்கினாள். பாஷா அத்தை வேலிக்கதவுக்கு வெளியே வந்தாள்.

'சாமான்களை எடுத்துக் கொள்ளுங்கள். த்மீத் ரிய் கொர்னேயெவிச் அனுப்பினார்' என்றாள் காரோட்டி மாது.

மோட்டாரில் ஒரு பெட்டியும் கயிறுகளால் கட்டிய புத்தக அடுக்குக்களும் இருந்தன. இன்னும் சாம்பல் நிறமான, பருத்த ஏதோ ஒன்று சூழலாகச் சுருட்டப்பட்டிருந்தது. சுருள் பிரிந்ததும் அது இராணுவ மேல்கோட்டு என்பது தெரிய வந்தது. பாஷா அத்தையும் காரோட்டி மாதும் இவற்றை எல்லாம் வீட்டுக்குள் கொண்டு போகலானார்கள். அம்மா ஜன்னல் வழியாக எட்டிப் பார்த்துவிட்டு மறைந்துவிட்டாள்.

'மன்னித்துக்கொள்ளுங்கள். இவ்வளவுதான் சீர்வரிசை எல்லாம்' என்றாள் காரோட்டி மாது.

'புது மேல்கோட்டு வாங்கியிருக்கலாம்' என்று கடுப்பான குரலில் பதிலளித்தாள் பாஷா அத்தை.

'வாங்குவார். எல்லாம் இனிமேல்தானே...' என்று உறுதி கூறிவிட்டு, 'இந்தக் கடிதத்தைக் கொடுங்கள்' என்றாள் காரோட்டி மாது.

கடிதத்தைக் கொடுத்துவிட்டு அவள் போய் விட்டாள். ஸெர்யோஷா 'அம்மா, அம்மா! கொரஸ்தெல்யோவ் தன் இராணுவ மேல்கோட்டை நமக்கு அனுப்பியிருக்கிறான்!' என்ற கத்திக் கொண்டே வீட்டுக்கு ஓடினான்.

(த்மீத்ரிய் கொர்னேயெவிச் சொரஸ்தெல்யோவ் அவர்கள் வீட்டுக்கு விருந்துக்கு வருவதுண்டு. ஸெர்யோஷாவுக்கு அவன் விளையாட்டுச் சாமான்கள் பரிசளித்தான். ஒரு தடவை குளிர்காலத்தில் ஸெர்யோஷாவை ஸ்லெட்ஜ் வண்டியில் ஏற்றிப் போனான். அவனுடைய இராணுவ மேல்கோட்டு தோள் சின்னங்கள் இல்லாதது. யுத்த காலத்திலிருந்து அவனிடம் இருக்கிறது. 'த்மீத்ரிய் கொர்னேயெவிச்' என்ற சொல்வது கஷ்டம் ஆனதால் ஸெர்யோஷா அவனை கொரஸ்தெல்யோவ் என்று அழைத்தான்.)

கோட்டு ஏற்கெனவே மாட்டலில் தொங்கிற்று. அம்மா கடிதத்தைப் படித்துக் கொண்டிருந்தாள். அவள் உடனே பதிலளிக்கவில்லை. கடிதத்தைப் படித்து முடித்த பின்புதான், 'எனக்குத் தெரியும், ஸெர்யோஷாக் கண்ணு. கொரஸ்தெல்யோவ் இனிமேல் நம்மோடு வசிப்பார். அவர் உன்னுடைய அப்பாவாக இருப்பார்' என்றாள்.

இப்படிச் சொல்லிவிட்டு அதே கடிதத்தை மறுபடி படிக்கலானாள். அதில் எழுதியிருந்ததை ஒரு தடவையில் நினைவில் பதித்துக்கொள்ளவில்லை போலும்.

'அப்பா' என்ற சொல்லினால் ஸெர்யோஷா அறிமுகமற்ற, பார்க்காத ஒன்றைக் கற்பனை செய்துகொண்டிருந்தான். கொரஸ்தெல்யோவோ அவர்களுக்கு நெடு நாட்களாகப் பழக்கமானவன். பாஷா அத்தையும் லுக்யானிச்சும் அவனை

'த்மீத்ரிய்' என்று அழைப்பார்கள். இப்போது திடீரென்று அம்மாவுக்கு என்ன யோசனை தோன்றிவிட்டது?

'எதனாலாம்?' என்று கேட்டான் ஸெர்யோஷா.

'இதோ பார். கடிதத்தைப் படிக்க விடுவாயா மாட்டாயா?' என்றாள் அம்மா.

ஆக அவள் அவனுக்குப் பதிலே சொல்லவில்லை. அவளுக்கு எத்தனையோ வேலைகள் இருந்தன. புத்தகக் கட்டுகளைப் பிரித்து அலமாரியில் அடுக்கி வைத்தாள். ஒவ்வொரு புத்தகத்தையும் துணியால் துடைத்தாள். பிறகு நிலைக்கண்ணாடிக்கு முன் செருகறைப் பெட்டியிலிருந்த சாமான்களை மறுபடி சீர்படுத்தினாள். அப்புறம் வெளி முகப்புக்குச் சென்று பூக்கள் கொய்து பூக்கிண்ணத்தில் வைத்தாள். பிற்பாடு என்ன காரணத்தாலோ தரையை மெழுகுவது அவளுக்கு அவசியமாகப்பட்டது – அது ஏற்கெனவே துப்புரவாக இருந்த போதிலும், பின்னர் பணியாரம் தயாரிக்கலானாள். மாவு பிசைவது எப்படி என்று பாஷா அத்தை அவளுக்குக் கற்பித்தாள். ஸெர்யோஷாவுக்கும் பிசைந்த மாவும் பழக்கூழும் தந்தார்கள். அவனும் சின்னப் பணியாரம் சுட்டான்.

கொரஸ்தெல்யோவ் வந்ததும் ஸெர்யோஷா தனது மலைப்பை மறந்துவிட்டு, 'கொரஸ்தெல்யோவ்! பார், நான் பணியாரம் சுட்டிருக்கிறேன்!' என்றான்.

கொரஸ்தெல்யோவ் அவன் பக்கம் குனிந்து பல தடவை அவனை முத்தமிட்டான். 'இப்போது இவன் என் அப்பா ஆனபடியால்தான் இந்த மாதிரி நெடுநேரம் முத்தமிடுகிறான்' என்று ஸெர்யோஷா எண்ணிக்கொண்டான்.

கொரஸ்தெல்யோவ் தன் பெட்டியைத் திறந்து, அம்மாவின் சட்டம் போட்ட படத்தை அதிலிருந்து எடுத்து, சமையலறையிலிருந்து ஆணியும் சுத்தியலும் எடுத்துக்கொண்டு ஸெர்யோஷாவின் அறையில் படத்தை ஆணியடித்து மாட்டினான்.

'நான்தான் உயிரோடு எப்போதும் உன்னுடன் இருப்பேனே, அப்போது இது எதற்காக?' என்று கேட்டாள் அம்மா.

கொரஸ்தெல்யோவ் அவள் கரத்தைப் பற்றிக் கொண்டான். இருவரும் ஒருவரை ஒருவர் நெருங்கினார்கள். ஆனால் ஸெர்யோஷாவைப் பார்த்ததும் கைகளை விட்டுவிட்டார்கள். அம்மா வெளியே போனாள். கொரஸ்தெல்யோவ் நாற்காலியில் உட்கார்ந்து கொண்டான்.

'ஊம், அப்படியாக்கும் சேதி, ஸெர்யோஷா தம்பீ. நான் உங்கள் வீட்டுக்கு வந்து விட்டேன். உனக்கு ஆட்சேபணை இல்லையே?' என்று சிந்தனையுடன் கூறினான்.

'நீ எப்போதும் எங்களோடு இருக்கப் போகிறாயா?' என்று கேட்டான் ஸெர்யோஷா.

'ஆமாம். எப்போதும்' என்றான் கொரஸ்தெல்யோவ்.

'நீ என்னை இடுப்புவாரால் அடிப்பாயா?' என்று வினவினான் ஸெர்யோஷா.

கொரஸ்தெல்யோவ் வியப்படைந்தான்.

'நான் உன்னை எதற்காக இடுப்புவாரால் அடிக்கப் போகிறேன்?'

'உன் சொல்படி கேட்காவிட்டால்' என்று விளக்கினான் ஸெர்யோஷா.

'மாட்டேன். என் கருத்துப்படி இடுப்புவாரால் அடிப்பது மூடத்தனம், இல்லையா?' என்றான் கொரஸ்தெல்யோவ்.

'முட்டாள்தனம்' என்று உறுதிப்படுத்தினான் ஸெர்யோஷா. 'குழந்தைகளும் அழுவார்கள்' என்றான்.

'நீயும் நானும் ஆண்பிள்ளைகள் ஆயிற்றே. ஒருவருக்கொருவர் பேசிச் சரிக்கட்டி கொள்ளலாமே!'

'நீ எந்த அறையில் படுத்து உறங்குவாய்?' என்று கேட்டான் ஸெர்யோஷா.

'இந்த அறையில் தான் என்று தோன்றுகிறது. மொத்தத்தில் பார்க்கும்போது அப்படித்தான் நினைக்க வேண்டியிருக்கிறது, தம்பீ ஞாயிற்றுக்கிழமை நீயும் நானும் போவோம். எங்கே போவோம், தெரியுமா? விளையாட்டுச் சாமான்கள் விற்கும்

கடைக்கு. உனக்கு வேண்டியதை நீயே தெரிந்தெடுத்துக்கொள். சரிதானா?' என்றான் கொரஸ்தெல்யோவ்.

'சரி. எனக்கு சைக்கிள் வேண்டும். ஞாயிற்றுக்கிழமை சீக்கிரம் வந்துவிடுமா?' என்று கேட்டான் ஸெர்யோஷா.

'சீக்கிரம்.'

'எத்தனை நாளைக்கு அப்புறம்?'

'நாளைக்கு வெள்ளிக்கிழமை. அப்புறம் சனி, அடுத்தது ஞாயிறு.'

'அப்படியானால் சீக்கிரம் இல்லை!' என்றான் ஸெர்யோஷா.

ஸெர்யோஷா, அம்மா, கொரஸ்தெல்யோவ் மூன்று பேரும் தேநீர் குடித்தார்கள். (பாஷா அத்தையும் லுக்யானிச்சும் எங்கோ போயிருந்தார்கள்.) ஸெர்யோஷாவுக்குத் தூக்கம் வந்தது. சாம்பல் நிற விட்டில்கள் விளக்கைச் சுற்றிப் படபடத்தன. அதன்மேல் இடித்து மேஜை விரிப்பின்மேல் சிறகுகள் துடிதுடிக்க விழுந்தன. இதனால் தூக்கம் இன்னும் அதிகமாக வந்தது. கொரஸ்தெல்யோவ் தன் கட்டிலை எங்கோ கொண்டு போவதை ஸெர்யோஷா திடீரென்று கவனித்தான்.

'என் கட்டிலை எதற்காக எடுத்துக்கொண்டாய்?' என்று கேட்டான்.

'உனக்குத் தூக்கம் வந்துவிட்டது. கால்களை அலம்பிக் கொள்ளலாம் வா' என்றாள் அம்மா.

காலையில் கண் விழித்ததும் எங்கு இருக்கிறோம் என்று ஸெர்யோஷாவுக்கு உடனே புரியவில்லை. இரண்டு ஜன்னல்களுக்குப் பதில் மூன்று ஜன்னல்கள் ஏன் இருக்கின்றன, அதுவும் வேறு பக்கத்தில், வேறு திரைகளுடன்? அது பாஷா அத்தையின் அறை என்பதை அப்புறம் புரிந்து கொண்டான். அது மிகவும் அழகானது. ஜன்னல் குறடுகள் மேல் பூத்தொட்டிகள் வைக்கப்பட்டிருந்தன. நிலைக்கண்ணாடியின் பின்னே மயில் இறகு செருகப்பட்டிருந்தது. பாஷா அத்தையும் லுக்யானிச்சும் எழுந்திருந்து வெளியே போய்விட்டார்கள். அவர்களுடைய படுக்கை ஒழுங்குபடுத்தி

மேல்விரிப்பு போர்த்தப்பட்டிருந்தது. தலையணைகள் அடுக்கி வைக்கப்பட்டிருந்தன. திறந்த ஜன்னல்களுக்கு வெளியே செடிகள் மீது காலை வெயில் சுடர்ந்து கொண்டிருந்தது. ஸெர்யோஷா கட்டிலிலிருந்து இறங்கி நீண்ட அங்கியைக் கழற்றிவிட்டு, நிக்கரை மாட்டிக்கொண்டு சாப்பாட்டு அறைக்குப் போனான். அவனுடைய அறைக்கதவு மூடப்பட்டிருந்தது. ஸெர்யோஷா கதவுப் பிடியைத் திருப்பினான். அப்போதும் கதவு திறக்கவில்லை. அவனுக்கே அங்கு போவது அத்தியாவசியமாக இருந்தது. அவனுடைய விளையாட்டுச் சாமான்கள் யாவும் அங்கேதான் இருந்தன. அவனது புதிய துடுப்பு மண்வெட்டியும் அவற்றில் ஒன்று. திடீரென்று அவனுக்கு மண்ணைத் தோண்ட மிகுந்த ஆசை உண்டாயிற்று.

'அம்மா!' என்று கூவி அழைத்தான்.

'அம்மா!' என்று மறுமுறை கூவி அழைத்தான்.

கதவு திறக்கவில்லை. நிசப்தம் நிலவியது.

'அம்மா!' என்று பலமெல்லாம் கொண்டு உரக்கக் கத்தினான் ஸெர்யோஷா.

பாஷா அத்தை ஓடிவந்து அவனை வாரி அணைத்துச் சமையலறைக்கு எடுத்துச் சென்றாள்.

'என்ன நீ, என்ன நீ! கத்தலாமா? கத்தக் கூடாது. அட கடவுளே, நீ இன்னும் சிறியவன் அல்ல! அம்மா உறங்குகிறாள். தாராளமாகத் தூங்கட்டும், பாவம். அவளை எழுப்புவானேன்?' என்று கிசுகிசுத்தாள்.

'எனக்குத் துடுப்பு மண்வெட்டி வேண்டும்' என்று கலவரத்தோடு சொன்னான் ஸெர்யோஷா.

'எடுத்துக்கொள்வாய், உன் மண்வெட்டி எங்கும் போய்விடாது. அம்மா எழுந்திருந்ததும் எடுக்கலாம். இப்போதைக்குக் கவண் எறிந்து கொண்டிரு. வேண்டுமானால் காரட்டுக் கிழங்கு சுத்தப்படுத்தத் தருகிறேன். ஆனால் எல்லாவற்றுக்கும் முன்னால் நல்ல பிள்ளைகள் முகங்கை கழுவிக் கொள்வார்கள்' என்றாள் பாஷா அத்தை.

அறிவார்ந்த அன்புச் சொற்கள் ஸெர்யோஷாவுக்கு எப்போதும் ஆறுதல் அளித்தன. அவன், அத்தை தன் முகங்கை கழுவித் துடைக்க விட்டான், ஒரு குவளை பால் அருந்தினான். அப்புறம் கவணை எடுத்துக்கொண்டு தெருவுக்குப் போனான். எதிரே வேலிமேல் உட்கார்ந்திருந்தது. அடைக்கலாங் குருவி. ஸெர்யோஷா குறிபார்க்காமலே கவணை இழுத்து அதைக் கல்லால் அடித்தான். கல் இலக்குத் தப்பிவிட்டது. அவன் வேண்டுமென்றேதான் குறி பார்க்கவில்லை. ஏனென்றால் அவன் எவ்வளவுதான் குறிவைத்தாலும் கல் இலக்கில் பட்டிருக்காது – ஏனோ, யார் கண்டார்கள்? ஆனால் குறிவைத்திருந்தால் லீதா நையாண்டி செய்திருப்பாள். இப்போதே நையாண்டி செய்ய அவளுக்கு உரிமை இல்லை. மனிதன் குறி வைக்கவில்லை, அவனுக்கு வெறுமே கவண் எறிய ஆசை உண்டாயிற்று, எங்கே படுகிறது என்று கவனிக்காமலே கல்லை வைத்து அடித்தான் என்பதுதான் அப்பட்டமாயிருந்ததே.

'ஸெர்யோஷா, தோப்புக்குப் போவோமா?' என்று தன் வீட்டுவாயிலிருந்து கத்தினான் ஷூரிக்.

'தோப்பாவது, ஒன்றாவது!' என்று நொடித்தான் ஸெர்யோஷா.

அவன் பெஞ்சில் உட்கார்ந்து காலை ஆட்டலானான். அவனுடைய நிம்மதியின்மை அதிகமாயிற்று. வெளிமுகப்பு வழியாகச் செல்கையில், தன் அறை ஜன்னல்களின் மரக் கதவுகளும் சாத்தப்பட்டிருப்பதைக் கண்டான். இதற்கு விசேஷ அர்த்தம் இருப்பதாக உடனே அவனுக்குத் தோன்றவில்லை. இப்போதோ புரிந்து கொண்டான். கோடை காலத்தில் ஜன்னல்கள் ஒருபோதும் சாத்தப்படுவதில்லை. குளிர்காலத்தில்தான், கடுங்கூதல் அடிக்கும்போது மட்டுமே மரக்கதவுகள் அடைக்கப்படும். ஆக விளையாட்டுச் சாமான்கள் எல்லாப் புறங்களிலும் அடைபட்டிருந்தன. அவனுக்கோ தரையில் விழுந்து கூச்சலிடலாம் போல அவ்வளவு ஆசையாயிருந்தது. அவற்றை எடுத்துக் கொள்ள அதற்காகத் தரையில் விழுந்து அவன் கூச்சலிடப் போவதில்லை. அவன் ஒன்றும் சின்னப் பையன் இல்லையே. இருந்தாலும் இந்த எண்ணம் அவனுக்கு ஆறுதல் அளிக்கவில்லை. அவனுக்கு இந்தக் கணமே துடுப்பு மண்வெட்டி வேண்டும்

என்பதைப் பற்றி அம்மாவும் கொரஸ்தெல்யோவும் கவலையே படமாட்டார்கள்.

அவர்கள் விழித்துக் கொண்டதுமே நான் எல்லா விளையாட்டுச் சாமான்களையும் பாஷா அத்தையின் அறைக்குக் கொண்டுவந்து வைத்து விடுகிறேன். கனசதுரத்தை மறந்துவிடக் கூடாது. அது எப்போதோ செருகறைப் பெட்டிக்குப் பின்னால் விழுந்தது. அங்கேதான் இன்னும் கிடக்கிறது.' இவ்வாறு எண்ணமிட்டான் ஸெர்யோஷா.

வாஸ்யாவும் ஷேன்யாவும் வந்து ஸெர்யோஷா முன்னே நின்றுகொண்டார்கள். லீதா குழந்தை விக்டரை எடுத்துக்கொண்டு வந்தாள். அவர்கள் நின்று ஸெர்யோஷாவை நோட்டமிட்டார்கள். அவனோ கால்களை ஆட்டிக்கொண்டு பேசாதிருந்தான்.

'இன்றைக்கு என்ன நீ ஒரு மாதிரி இருக்கிறாய்?' என்று கேட்டான் ஷேன்யா.

'அவனுடைய அம்மா கலியாணம் செய்து கொண்டுவிட்டாள்' என்றான் வாஸ்யா.

சற்று நேரம் பேசாதிருந்தார்கள்.

'யாரைக் கலியாணம் செய்து கொண்டிருக்கிறாள்?' என்று வினவினான் ஷேன்யா.

'யாஸ்னிய் பேரிக்' அரசாங்கப் பண்ணை நிர்வாகி கொரஸ்தெல்யோவை. அடேயப்பா, அவருக்குத்தான் எப்படிக் கொடை கொடுத்தார்கள்!' என்றான் வாஸ்யா.

"எதற்காகக் கொடை கொடுத்தார்கள்?" என்று கேட்டான் ஷேன்யா.

'எதற்காக என்றால், நல்ல காரியத்துக்குத் தான்' என்று சொல்லிவிட்டுச் சட்டைப் பைக்குள்ளிருந்து கசங்கிய சிகரெட்டுப் பாக்கெட்டை வெளியில் எடுத்தான் வாஸ்யா.

'எனக்கும் குடிக்கக் கொடேன்' என்றான் ஷேன்யா.

'என்னிடமே கடைசி சிகரெட்டு போலிருக்கிறது' என்றான் வாஸ்யா. ஆயினும் ஷேன்யாவுக்கு சிகரெட்டு கொடுத்துவிட்டுத் தான் பற்றவைத்துக் கொண்டபின் எரியும் தீக்குச்சியை அவன் புறம் நீட்டினான். தீக்குச்சி முனையில்

நெருப்பு வெயிலில் ஒளிபுகக் கூடியது, கண்ணுக்குத் தென்படாதது. தீக்குச்சி எதனால் சுருண்டு நெளிகிறது, சிகரெட்டு எதனால் புகைகிறது என்பது புலப்படவில்லை. பையன்கள் குழுமியிருந்த தெருச் சிறகில் வெயில் அடித்தது. எதிர்ச்சிறகில் இன்னும் நிழல் அடர்ந்திருந்தது. அங்கே வேலியோரமாக வளர்ந்திருந்த காஞ்சொறிச் செடிகளின் இலைகள் பனித்துளிகளால் கழுவப்பட்டு கருமையும் ஈரமுமாக இருந்தன. தெரு நடுவில் புழுதி. எதிர்ச்சிறகில் குளுமையாகவும் இந்தச் சிறகில் கதகதப்பாகவும் இருந்தது. புழுதி மீது இரண்டு பட்டைச் சக்கரத் தடங்கள் பதித்திருந்தன. யாரோ டிராக்டரில் போயிருக்கிறார்கள்.

'ஸெர்யோஷா ஏங்கிப் போகிறான். அவனுக்குப் புது அப்பா வந்திருக்கிறார்' என்று லீதா ஷூரிக்கிடம் சொன்னாள்.

'வருத்தப்படாதே. அவர் ஆள் மோசமில்லை. முகத்திலேயே தெரிகிறது. இதுவரை இருந்தது போலவே இப்போதும் இருந்துவருவாய். உனக்கு என்ன வந்தது?' என்றான் வாஸ்யா.

'அவர் எனக்கு சைக்கிள் வாங்கித் தருவாரே' என்றான் ஸெர்யோஷா, முந்திய நாள் நடந்த பேச்சை நினைவுபடுத்திக் கொண்டு.

'வாங்கி தருவதாகச் சொன்னாரா, அல்லது நீ வெறுமே நம்புகிறாயா?' என்று கேட்டான் வாஸ்யா.

'சொன்னார். நாங்கள் இருவரும் கடைக்குப் போவோம். ஞாயிற்றுக் கிழமை. நாளைக்கு வெள்ளி, மறுநாள் சனி, அதற்கு அடுத்த நாள் ஞாயிறு.'

'இரட்டைச் சக்கர சைக்கிளா?' எனக் கேட்டான் ஷேன்யா.

'மூன்று சக்கர சைக்கிளை வாங்கிக்கொள்ளாதே. அது உனக்கு எதற்கு? சீக்கிரம் நீ பெரியவன் ஆகி விடுவாய், உனக்கு வேண்டியது இரண்டு சக்கர சைக்கிள்' என்று யோசனை கூறினான் வாஸ்யா.

'அட இவன் வெறுமே புளுகுகிறான். இவனுக்கு யாரும் எந்த சைக்கிளும் வாங்கித்தரப் போவதில்லை' என்றாள் லீதா.

'என் அப்பாவும் எனக்கு சைக்கிள் வாங்கித் தருவார். சம்பளம் கிடைத்ததுமே வாங்கித் தருவார்' என்று கன்னங்களை உப்பிக்கொண்டு சொன்னான் ஷூரிக்.

கொரஸ்தெல்யோவுடன் முதல் நாள் காலை.
– விருந்துக்குப் போதல்

வெளிமுகப்பில் இரும்பு ஒலித்தது. ஸெர்யோஷா வேலிக் கதவுக்குள் நோக்கினான். கொரஸ்தெல்யோவ் தாழ்ப்பாளை அகற்றி ஜன்னல் மரக் கதவுகளை விரியத் திறந்தான். அவன் கோடிட்ட சட்டையும் நீல டையும் அணிந்திருந்தான். அவனுடைய ஈரத் தலைமயிர் இழைய இழைய வாரி விடப்பட்டிருந்தது. அவன் தாழ்ப்பாளை அகற்றினான், அம்மா மரக்கதவுகளை உள்ளிருந்து தள்ளினாள், அவை விரியத் திறந்துகொண்டன. அம்மா கொரஸ்தெல்யோவிடம் ஏதோ சொன்னாள். அவன் ஜன்னல் குறட்டின்மேல் முழங்கைகளை ஊன்றிக் கொண்டு அவளுக்குப் பதில் அளித்தான். அவள் கைகளை நீட்டி அவனுடைய முகத்தை உள்ளங்கைகளில் வைத்துக் கொண்டாள். தெருவிலிருந்து பையன்கள் பார்த்துக் கொண்டிருப்பதை அவர்கள் கவனிக்கவில்லை.

ஸெர்யோஷா வெளிமுகப்புக்குள் போய், 'கொரஸ் தெல்யோவ், எனக்குத் துடுப்பு மண் வெட்டி வேண்டும்' என்றான்.

'துடுப்பு மண்வெட்டியா?' என்று வினவினான் கொரஸ்தெல்யோவ்.

"மொத்தத்தில் எல்லாமே" என்று சொன்னான் ஷெர்யோஷா.

'உள்ளே வந்து உனக்கு வேண்டியதை எடுத்துக்கொள்' என்றாள் அம்மா.

அம்மாவின் அறையில் பழக்கமில்லாத மணம் வீசியது – புகையிலை நெடியும் வேற்றாளின் வாடையும். வேற்றாளின் சாமான்கள் இங்கு மங்கும் கிடந்தன. உடை, பிரஷ், மேஜைமேல் சிகரெட் பாக்கெட்டுக்கள்... அம்மா தலை பின்னிக்கொண்டிருந்தாள். அவள் நீண்ட பின்னலை

அவிழ்த்துக் கொள்ளும் பொழுது கணக்கற்ற செம்பழுப்பு நாகங்கள் அவளது இடுப்புக்குக் கீழே மூடிவிடும். அப்புறம் அவள் அவற்றை வாரிக்கொள்வாள். அவை நேராகிக் கோடைகால அடை மழை போலக் காட்சியளிக்கும் வரை வாரிக் கொண்டிருப்பாள்...

'நற்காலை, ஸெர்யோஷாக் கண்ணு' என்று செம்பழுப்பு நாகங்களுக்கு இடையிலிருந்து அம்மா சொன்னாள்.

ஸெர்யோஷா சிகரெட் பாக்கெட்டுக்களை உன்னிப்பாகக் கவனித்துக் கொண்டிருந்தபடியால் பதில் சொல்லவில்லை. அவை புதுமை காரணமாகவும் ஒரே மாதிரித் தோற்றத்தினாலும் கவர்ச்சியாயிருந்தன. அவன் ஒன்றை எடுத்தான். அது ஒட்டப்பட்டிருந்ததனால் திறக்கவில்லை.

இதை எல்லாம் நிலைக்கண்ணாடியில் பார்த்துக் கொண்டிருந்த தாயார், 'அதை அதன் இடத்தில் வை. நீ விளையாட்டுச் சாமான்களுக்குத் தானே வந்தாய்?' என்று கேட்டாள்.

கனசதுரம் செருகறைப் பெட்டிக்குப் பின்னே கிடந்தது. ஸெர்யோஷா குத்திட்டு உட்கார்ந்து அதைப் பார்த்தான், ஆனால் அதை எடுக்க அவனால் முடியவில்லை, கை எட்டவில்லை.

'அங்கே என்ன தேடிக் கொண்டிருக்கிறாய்?' என்று கேட்டாள் அம்மா.

'எனக்கு எட்டவே மாட்டேன் என்கிறது' என்றான் ஸெர்யோஷா.

கொரஸ்தெல்யோவ் வந்தான்.

'இந்தப் பாக்கெட்டுக்களை அப்புறம் எனக்குத் தருவாயா?' என்று கேட்டான் ஸெர்யோஷா.

(பாக்கெட்டுக்களில் உள்ளவை புகைத்தோ தின்றோ தீர்க்கப்பட்டபிறகு பெரியவர்கள் சிறுவர்களுக்கு அவற்றைக் கொடுத்துவிடுவார்கள் என்பது அவனுக்குத் தெரிந்திருந்தது.)

'இந்தா, இது உனக்கு அச்சாரம்' என்று ஒரு பாக்கெட்டிலிருந்து சிகரெட்டுகளை வெளியே எடுத்துவிட்டு ஸெர்யோஷாவிடம் அதைக் கொடுத்தான் கொரஸ்தெல்யோவ்.

'அவனுடைய எதுவோ செருகறைப் பெட்டிக்குப் பின்னே கிடக்கிறதாம். கொஞ்சம் ஒத்தாசை பண்ணேன்' என்று அம்மா சொன்னாள்.

கொரஸ்தெல்யோவ் தன் பெரிய கைகளால் செருகறைப் பெட்டியைப் பற்றினான். பழைய பெட்டி நெறுநெறுத்து நகர்ந்தது. ஸெர்யோஷா கனசதுரத்தைச் சிரமமில்லாமல் எடுத்துக் கொண்டான்.

கொரஸ்தெல்யோவைப் பாராட்டுடன் ஏறிட்டு நோக்கி, 'பிரமாதம்!' என்றான் ஸெர்யோஷா.

பின்பு பாக்கெட்டு, கனசதுரம், முடிந்த அளவு விளையாட்டுச் சாமான்கள், எல்லாவற்றையும் மார்போடு சேர்த்து அணைத்துக் கொண்டு வெளியேறினான். அவற்றைப் பாஷா அத்தையின் அறைக்குக் கொண்டுவந்து தன் கட்டிலுக்கும் அலமாரிக்கும் நடுவே தரையில் கொட்டினான்.

'துடுப்பு மண்வெட்டியை மறந்துவிட்டாயே. அது வேண்டுமென்று அவ்வளவு அவசரப்பட்டாய், அதை மறந்துவிட்டாயே' என்றாள் அம்மா.

ஸெர்யோஷா ஒன்றும் பேசாமல் துடுப்பு மண் வெட்டியை எடுத்துக் கொண்டு வெளிமுகப்புக்குப் போனான். மண்ணைத் தோண்டும் ஆசை அவனுக்கு இப்போது அற்றுப் போய்விட்டது. மிட்டாய்க் காகிதங்களைப் புதிய பாக்கெட்டுக்குள் போட அப்போதுதான் அவனுக்கு எண்ணம் உண்டாயிருந்தது. ஆனால் அம்மா இப்படிச் சொன்ன பிறகு கொஞ்சமாவது மண்ணைத் தோண்டாமலிருப்பது எக்கச்சக்கமாக இருந்தது.

ஆப்பிள் மரத்துக்கு அடியில் மண் பொரு பொருத்தது. அதைத் தோண்டுவது சுலபம். கொஞ்சம் தோண்டியதும் துடுப்பு மண்வெட்டி முழுவதும் புகும் அளவுக்கு இன்னும் ஆழமாகத் தோண்ட முயன்றான். இது மனப்பூர்வமாகச்

செய்யப்பட்ட வேலை. சிரமத்தினால் அவன் தொண்டையைக் கனைத்துக்கொண்டான். அவனது கைகளிலும் வெயிலில் அடிபட்டுப் பொன் நிறமாயிருந்த குறுகிய திறந்த முதுகிலும் தசைகள் விரைப்பு அடைந்தன. கொரஸ்தெல்யோவ் வராந்தாவில் நின்று புகை குடித்தவாறே அவனைப் பார்த்துக் கொண்டிருந்தான்.

லீதா விக்டரை எடுத்துக் கொண்டு வந்து சேர்ந்தாள்.

'பூச் செடிகள் நடுவோம் வா. அழகாயிருக்கும்' என்றாள்.

குழந்தை விக்டரை விழுந்துவிடாதிருப்பதற்காக ஆப்பிள் மரத்தோடு சாய்த்துத் தரையில் உட்கார்த்தினாள். அவனோ, அப்படியும் உடனே விழுந்துவிட்டான், விலாப்புறம்.

'அட சே, உட்காரு!' என்று கத்தி, குழந்தையை ஒரு குலுக்கு குலுக்கி இன்னும் உறுதியாக உட்கார வைத்தாள். 'முட்டாள் பயல். இந்த வயதில் மற்ற குழந்தைகள் தாங்களே உட்கார்ந்து கொள்கின்றன' என்று சடைத்து கொண்டாள்.

வராந்தாவிலிருந்து கொரஸ்தெல்யோவ் தான் எவ்வளவு பெரியவள், புத்திசாலி என்பதைப் புரிந்து கொள்ள வேண்டும் என்பதற்காக வேண்டுமென்றே உரக்கப் பேசினாள் லீதா. அவனைக் கடைக்கண்ணால் பார்த்துவிட்டு பூச்செடிகளை எடுத்து வந்து ஸெர்யோஷா தோண்டியிருந்த மண்ணில் நட்டாள்.

'பார்த்தாயா, எவ்வளவு அழகாயிருக்கிறது!' என்றாள்.

அப்புறம் நீர்த்தூம்புக்கு அடியிலிருந்து வெண்மையும் சிவப்புமான கற்களைப் பொறுக்கிவந்து பூச்செடிகளைச் சுற்றிலும் வரிசையாக வைத்தாள். விரல்களில் ஒட்டியிருந்த மண்ணைத் தேய்த்து போக்கி உள்ளங்கைகளால் தட்டினாள். அவளுடைய கைகள் கறுப்பாயின.

'அழகாயில்லையா? சொல்லு. பொய் மட்டும் பேசாதே' என்றாள்.

'ஆமாம், அழகாயிருக்கிறது' என்று ஸெர்யோஷா ஒப்புக் கொண்டான்.

‘நல்ல ஆளப்பா நீ! நான் இல்லாமல் ஒன்றுமே செய்ய உன்னால் முடியாது’ என்று நொடித்தாள் லீதா.

இதற்குள் விக்டர் மறுபடி விழுந்துவிட்டான். இந்தத் தடவை பிடர்த்தலை கீழாக.

‘அப்படியானால் விழுந்தே கிட’ என்றாள் லீதா.

விக்டர் அழவில்லை. கை முட்டியைச் சப்பிக் கொண்டு தனக்கு உயரே அசைந்து கொண்டிருந்த இலையை வியப்புடன் நோக்கினான். லீதாவோ, இடுப்பு வாருக்குப் பதிலாக இடையில் கட்டிக் கொண்டிருந்த தாண்டு கயிற்றை அவிழ்த்து எடுத்து, ‘ஒன்று, இரண்டு, மூன்று...’ என்று உரக்க எண்ணியபடியே வராந்தாவுக்கு எதிரே தாண்டிக் குதிக்கலானாள். கொரஸ்தெல்யோவ் வாய்விட்டுச் சிரித்து வராந்தாவிலிருந்து அப்பால் போய்விட்டான்.

‘பார், குழந்தை மேல் எறும்புகள் ஊர்கின்றன’ என்றான் ஸெர்யோஷா.

‘சீ அசடு!’ என்று சள்ளையுடன் சொல்லிவிட்டு லீதா விக்டரைத் தூக்கிக் கொண்டு அவன் மேலிருந்து எறும்புகளைத் துடைத்துப் போக்கலுற்றாள். இந்தத் துடைப்பினால் குழந்தையின் சட்டையும் வெறுங்கால்களும் கறுப்பாகிவிட்டன.

‘இவனை எத்தனைதான் குளிப்பாட்டினாலும் இவன் எப்போதும் பார்த்தாலும் அழுக்காகவே இருக்கிறான்’ என்றாள் லீதா.

‘ஸெர்யோஷா! உடை மாற்றிக் கொள்ள வா. விருந்துக்குப் போவோம்’ என்று அம்மா வராந்தாவிலிருந்து அழைத்தாள்.

அழைத்தவுடனேயே ஸெர்யோஷா உற்சாகமாக வீட்டுக்குள் ஓடினான். விருந்துக்கு தினந்தோறும் போவதில்லையே. விருந்துக்குப் போவது இன்பம். மிட்டாய் தருவார்கள், விளையாட்டுச் சாமான்கள் காட்டுவார்கள்.

‘நாஸ்த்யா பாட்டி வீட்டுக்குப் போகிறோம்’

என்று அவன் கேட்காத போதிலும் விளக்கினாள் அம்மா. யார் வீட்டுக்கு என்பது அவனுக்கு முக்கியமல்ல. விருந்துக்குப் போனால் போதும்.

நாஸ்த்யா பாட்டி கண்டிப்பும் கடுத்தமும் உள்ளவள், புள்ளியிட்ட வெள்ளைத் தலைக்குட்டையை மோவாய்க்கு அடியில் முடிந்திருப்பாள். அவளிடம் பதக்கம் இருந்தது. அதில் லெனினது உருவம் பொறித்திருந்தது. ஜிப் வைத்த கறுப்புப் பை ஒன்று அவளிடம் எப்போதும் இருக்கும். பையைத் திறந்து ஸெர்யோஷாவுக்கு ஏதேனும் சுவையான பண்டத்தை எடுத்துக் கொடுப்பாள். ஆனால் அவள் வீட்டுக்கு ஸெர்யோஷா இது வரை விருந்துக்குப் போனதில்லை.

ஸெர்யோஷா, அம்மா, கொரஸ்தெல்யோவ், மூவரும் நல்லுடை அணிந்து சிங்காரித்துக் கொண்டு புறப்பட்டார்கள். அம்மாவும் கொரஸ்தெல்யோவும் ஆளுக்கு ஒரு புறமாக அவன் கைகளைப் பிடித்துக்கொண்டு நடந்தார்கள். ஆனால் அவனை விரைவிலேயே திமிறிக்கொண்டு போய் விட்டான். தன்னிச்சைப்படி நடப்பது இன்னும் எவ்வளவோ இன்பம். அவ்வப்போது நின்று பிறத்தியார் வீட்டு வேலி இடுக்கு வழியாக உள்ளே பார்க்கலாம் – பயங்கரமான நாய் சங்கிலியில் கட்டப்பட்டு உட்கார்ந்திருப்பதையும் தாராக்கள் வளையவருவதையும். முன்னே ஓடி வரலாம். ரெயில்வே எஞ்சின் போலச் சீழ்க்கை அடிக்கவும் சீறவும் செய்யலாம். செடியிலிருந்து பச்சை வெடி கனியைப் பறித்து ஊதல் ஊதலாம். யாரோ தவறிவிட்டுவிட்ட பொற்காசைத் தரையிலிருந்து எடுத்துக் கொள்ளலாம். பெரியவர்கள் கையைப் பிடித்து அழைத்துச் செல்லும் போதோ, கைகள் வியர்க்கும், எந்தவித மகிழ்ச்சியும் இராது.

தெருப்புறம் இரண்டு சிறு பலகணிகள் கொண்ட சிறு வீட்டை அடைந்தார்கள். வெளி முகப்பும் சின்னது, அறைகளும் சிறியவை. அறைகளுக்குச் சமையலுள் வழியாகச் செல்ல வேண்டியிருந்தது. சமையலுள்ளில் பிரமாண்டமான ருஷ்யப் பரண் அடுப்பு இருந்தது. நாஸ்த்யா பாட்டி வெளியே வந்து அவர்களை எதிர்கொண்டு, ‘உங்களை வாழ்த்துகிறேன்’ என்றாள்.

ஏதோ கொண்டாட்ட நாளாக இருக்க வேண்டும். இம்மாதிரிச் சந்தர்ப்பங்களில் பாஷா அத்தை பதில் சொல்வது போலவே ஸெர்யோஷா, 'உங்களுக்கும் அப்படியே' என்று பதிலளித்தான்.

சுற்று முற்றும் பார்த்தான். அலங்காரத்துக்காக நிறுத்தி வைக்கும் பொம்மைகளைக் கூடக் காணோம். வறண்ட படுக்கைச் சாமான்களும் சமையல் சாமான்களும் தாம் இருந்தன.

'உங்களிடம் விளையாட்டுச் சாமான்கள் இருக்கின்றனவா?' என்று கேட்டான்.

(ஒருவேளை இருக்கலாம். மறைத்து வைத்திருப்பார்கள்.)

'எது இல்லையோ, அது இல்லை, சின்னக் குழந்தைகள் இல்லை, விளையாட்டுச் சாமான்களும் இல்லை. மிட்டாய் சாப்பிடு' என்றாள் பாட்டி.

மிட்டாய்கள் நிறைந்த நீலக் கண்ணாடிக் கிண்ணம் பணியாரங்களுக்கு நடுவில் மேஜை மேல் இருந்தது. எல்லோரும் மேஜையைச் சுற்றி அமர்ந்தார்கள். கொரஸ்தெல்யோவ் தக்கை வாங்கியால் பாட்டிலைத் திறந்து கருஞ்சிவப்பு மதுவைக் குவளைகளில் ஊற்றினான்.

'ஸெர்யோஷாவுக்கு வேண்டாம்' என்றாள் அம்மா.

எப்போதும் இப்படித்தான். தாங்கள் குடிப்பார்கள், அவனுக்கு வேண்டாமாம். எல்லாவற்றிலும் நல்லது எதுவானாலும் அவனுக்குக் கொடுப்பதில்லை.

ஆனால் கொரஸ்தெல்யோவ், 'கொஞ்சம் போல ஊற்றுகிறேன். நமக்காக அவனும் குடிக்கட்டும்' என்று சொல்லி ஸெர்யோஷாவுக்குக் குவளையில் மது ஊற்றினான்.

இவனுடன் இருக்கையில் நமக்குக் கேடு வராது என்று இதிலிருந்து ஸெர்யோஷா முடிவு செய்தான்.

எல்லோரும் மதுக்குவளைகளை ஒன்றோடொன்று இடித்துக் கொண்டார்கள். ஸெர்யோஷாவும் இடித்துக் கொண்டான்.

அங்கே இன்னொரு பாட்டியும் இருந்தாள். அவள் வெறும் பாட்டி அல்ல, கொள்ளுப்பாட்டி என்றும் அவளை அவ்வாறே அழைக்கும்படியும் ஸெர்யோஷாவிடம் சொன்னார்கள். ஆனால் கொரஸ்தெல்யோவ் அவளைக் 'கொள்ளு' இல்லாமல் பாட்டி என்று மட்டுமே அழைத்தான். ஸெர்யோஷாவுக்கு அவளைக் கட்டோடு பிடிக்கவில்லை.

'அவன் மேஜை விரிப்பின்மேல் சிந்திவிடப் போகிறான்' என்றாள் அவள்.

குவளையை மோதிக்கொள்ளும்போது அவன் உண்மையாகவே கொஞ்சம் மதுவை மேஜை விரிப்பின் மேல் சிந்திவிட்டான்.

'அதுதான் சொன்னேனே' என்றாள் கொள்ளுப்பாட்டி.

அதிருப்தியுடன் மூக்கை உறிஞ்சிக்கொண்டு உப்புக் கிண்ணியிலிருந்து கொஞ்சம் உப்பை எடுத்து நனைந்த இடத்தில் தூவினாள். அப்புறம் நேரமெல்லாம் ஸெர்யோஷாவைக் கண்காணித்துக் கொண்டிருந்தாள். மூக்குக்கண்ணாடி மாட்டியிருந்தாள். ஒரே தொண்டு கிழம். கைகள் பழுப்பு நிறமாக, சுருக்கங்கள் விழுந்து கரடு தட்டியிருந்தன. பெரிய மூக்கு கீழ்நோக்கி வளைந்திருந்தது, எலும்பு துருத்திய மோவாயோ மேல் நோக்கி வளைந்திருந்தது.

மது இனிப்பும் சுவையும் உள்ளதாக இருந்தது. ஸெர்யோஷா முழுவதையும் குடித்துவிட்டான். அவனுக்குப் பணியாரம் கொடுத்தார்கள். அவன் தின்னத் தொடங்கியவன் அதை நொறுக்கி உதிர்த்துவிட்டான்.

'எப்படித் தின்கிறாய் நீ!' என்றாள் கொள்ளுப்பாட்டி.

உட்கார்ந்திருப்பது அசௌகரியமாக இருந்தது. நாற்காலியில் இருப்புக் கொள்ளாமல் தவித்தான்.

'எப்படி உட்கார்ந்திருக்கிறாய் நீ!' என்றாள் கொள்ளுப்பாட்டி.

நட்ட நடுவில் அவனுக்குக் கதகதப்பாய் இருந்தது, பாட ஆசை உண்டாயிற்று. அவன் பாடத் தொடங்கினான்.

‘ஒழுங்காக நடந்துகொள்’ என்றாள் கொள்ளுப்பாட்டி.

கொரஸ்தெல்யோவ் ஸெர்யோஷாவுக்குப் பரிந்து பேசினான்.

‘விடுங்கள். பையன் பிழைத்துப் போகட்டும்’ என்றான்.

‘பார்த்துக்கொண்டே இருங்கள். இவன் உங்களுக்குச் சுயரூபத்தைக் காட்டப்போகிறான்’ என்று அச்சுறுத்தினாள் கொள்ளுப்பாட்டி.

அவளும் மது பருகினாள். கண்ணாடிக்குப்பின் அவளுடைய விழிகள் பளிச்சிட்டன. ஆனாலும் ஸெர்யோஷா துணிச்சலுடன், ‘போய்த் தொலை அப்பாலே! எனக்கு உன்னிடம் பயமில்லை!’ என்று கத்தினான்.

‘என்ன கோரம்?’ என்றாள் அம்மா.

‘வெட்டிப் பேச்சு. இதோ சரியாகிவிடும். அப்படி அவன் எவ்வளவு குடித்துவிட்டான்?’ என்றான் கொரஸ்தெல்யோவ்.

ஸெர்யோஷா ‘எனக்கு இன்னும் வேண்டும்!’ என்று கத்தித் தன் குவளையின் பக்கம் கையை நீட்டியவன் காலி பாட்டிலைக் குப்புறத் தள்ளி விட்டான். பாத்திரம் கணகணத்தது. அம்மா ஆவென்று மலைத்தாள். கொள்ளுப்பாட்டி மேஜை மேல் குத்தி, ‘நீங்கள் பாருங்கள் என்ன நடக்கிறது என்று!’ என வீரிட்டாள்.

ஸெர்யோஷாவுக்குச் சாய்ந்தாட வேண்டும் போல இருந்தது, அவன் இடமும் வலமுமாக அசைந்தாடத் தொடங்கினான். பணியாரங்களோடு மேஜையும் அவன் முன்னே ஆடியது. அம்மாவும் கொரஸ்தெல்யோவும் நாஸ்த்யா பாட்டியும் பேசிக்கொண்டே ஊஞ்சலில் ஆடுவது போல ஆடினார்கள். இது வேடிக்கையாக இருந்தபடியால் ஸெர்யோஷா கடகட வென்று சிரித்தான். திடீரென்று பாட்டு அவன் காதில் விழுந்தது. கொள்ளுப்பாட்டி பாடினாள். கரடு தட்டிய கையில் மூக்குக் கண்ணாடியைப் பிடித்துக் கொண்டு

அதை ஆட்டியபடியே அவள் 'கத்யூஷா' என்ற புகழ் பெற்ற பாட்டைப் பாடினாள். கொள்ளுப் பாட்டியின் பாட்டைக் கேட்டபடியே ஸெர்யோஷா பணியாரத் துண்டின் மேல் தலையை வைத்துக்கொண்டு உறங்கிவிட்டான்.

...அவன் கண்விழித்தபோது கொள்ளுப் பாட்டி இல்லை. மற்றவர்கள் தேநீர் பருகிக் கொண்டிருந்தார்கள். அவர்கள் ஸெர்யோஷாவைப் பார்த்துப் புன்னகை செய்தார்கள்.

'புத்தி தெளிந்துவிட்டதா? மேற்கொண்டு கலகம் பண்ண மாட்டாயே?' என்று கேட்டாள் அம்மா.

'நான் கலகம் செய்தேனா என்ன?' என்று ஆச்சரியத்துடன் எண்ணினான் ஸெர்யோஷா.

அம்மா பையிலிருந்து சீப்பை எடுத்து ஸெர்யோஷாவுக்குத் தலை வாரினாள். நாஸ்த்யா பாட்டி, 'மிட்டாய் தின்னு' என்றாள்.

பக்கத்து அறையில், கதவின் இடத்தில் தொங்கிய சாயம்போன பலநிறத் திரைச்சீலையின் மறுபுறம், யாரோ கொர்ர் – கொர்ர் என்று குறட்டை விட்டார்கள். ஸெர்யோஷா ஜாக்கிரதையாகத் திரையை விலக்கி எட்டிப்பார்த்தான். அங்கே கட்டிலில் கொள்ளுப்பாட்டி உறங்கிக் கொண்டிருப்பதைக் கண்டான். திரையை விட்டு மிடுக்காக அப்பால் நகர்ந்து, 'வீட்டுக்குப் போவோம். விருந்து அலுத்துப் போய்விட்டது' என்றான்.

விடை பெறும்போது கொரஸ்தெல்யோவ் நாஸ்த்யா பாட்டியை 'அம்மா' என்று அழைப்பதை ஸெர்யோஷா கேட்டான். கொரஸ்தெல்யோவுக்கு அம்மா இருப்பதே ஸெர்யோஷாவுக்குத் தெரியாது. கொரஸ்தெல்யோவும் நாஸ்த்யா பாட்டியும் பழக்கமானவர்கள் மட்டுமே என அவன் எண்ணியிருந்தான்.

திரும்பு வழி ஸெர்யோஷாவுக்கு நீண்டதாவும் சுவையற்றதாகவும் பட்டது. 'கொரஸ்தெல்யோவ் என் தகப்பன் என்றால் அவன் என்னைத் தூக்கிக் கொள்ளட்டுமே' என்று எண்ணினான். தகப்பன்மார் மகன்களைத் தோளில்

சுமந்து செல்வதை அவன் பார்த்திருந்தான். மகன்கள் உட்கார்ந்து மிடுக்கு பண்ணிக்கொள்வார்கள். மேலிருந்து வெகுதூரம் கட்டாயம் தென்படும்.

'எனக்குக் கால் வலிக்கிறது' என்றான் ஸெர்யோஷா.

'வீடு இதோ கிட்டே வந்துவிட்டது. கொஞ்சம் பொறுத்துக் கொள்' என்றாள் அம்மா.

ஆனால் ஸெர்யோஷா முன்னுக்கு ஓடிப்போய்க் கொரஸ்தெல்யோவின் முழங்கால்களைக் கட்டிக் கொண்டான்.

'நீயோ பெரியவனாயிற்றே, தூக்கிக்கொள்ளச் சொல்வதற்கு வெட்கமாயில்லையா உனக்கு?' என்று அம்மா கடிந்து கொண்டாள். ஆனால் கொரஸ்தெல்யோவ் ஸெர்யோஷாவைத் தூக்கித் தோள்மேல் உட்கார்த்திக் கொண்டான்.

ஸெர்யோஷா மிக உயரத்தில் இருந்தான். ஆயினும் அவனுக்குத் துளிக்கூட அச்சம் உண்டாகவில்லை. செருகறைப் பெட்டியை அனாயாசமாக இடத்திலிருந்து நகர்த்தக் கூடிய மாவீரன் தன்னைத் தவறவிட்டுவிட மாட்டான் என்ற நம்பிக்கை அவனுக்கு இருந்தது. வேலிகளுக்கு அப்புறம் வெளிமுகப்புக்களிலும் கூரைகள் மீதுங்கூட என்ன நடந்து கொண்டிருக்கிறது என்று உயரத்திலிருந்து பார்க்க முடிந்தது. எல்லாம் நன்றாகத் தெரிந்தது! வழி நெடுக இந்தக் கவர்ச்சியான காட்சியில் ஸெர்யோஷா ஈடுபட்டிருந்தான். தங்கள் சொந்தக் கால்களால் நடந்து எதிரே வந்த பையன்களை ஸெர்யோஷா செருக்கோடு குனிந்து பார்த்தான். தனக்குள்ள பெருத்த அனுகூலங்கள் பற்றிய உணர்வுடன், மகனுக்கு உரிய முறையில் தகப்பனின் தோள்மேல் சவாரி செய்தவாறு வீடு சேர்ந்தான்.

சைக்கிள் வாங்கினார்கள்

இதே தோளில் உட்கார்ந்து அவன் ஞாயிற்றுக் கிழமை யன்று சைக்கிள் வாங்குவதற்காகக் கடைக்குப் போனான்.

ஞாயிற்றுக் கிழமை திடீரென்று, அவன் எதிர்பார்த்ததற்கு முன்னரே வந்துவிட்டது. அது வந்துவிட்டது என்று அறிந்ததும் ஸெர்யோஷா மிகுந்த கிளர்ச்சி அடைந்தான்.

'நீ மறந்துவிடவில்லையே?' என்று கொரஸ்தெல்யோவிடம் கேட்டான்.

'அது எப்படி மறப்பேன்? கட்டாயமாகப் போவோம். இதோ கொஞ்சம்போல வேலைகளை முடித்துவிட்டு வந்துவிடுகிறேன்' என்றான் கொரஸ்தெல்யோவ்.

வேலைகளைப் பற்றி அவன் சொன்னது பொய். அவனுக்கு ஒரு வேலையும் இருந்ததாகத் தெரியவில்லை. வெறுமே உட்கார்ந்து அம்மாவோடு பேசிக் கொண்டிருந்தான். பேச்சு ஸெர்யோஷாவுக்குப் புரியவோ சுவைப்படவோ இல்லை. ஆனால் அவர்களுக்கு அது பிடித்திருந்தது. அவர்கள் வார்த்தையாடினார்கள், மேலும் வார்த்தையாடினார்கள். அதிலும் அம்மா நீளமாகப் பேசினாள். ஒரே வார்த்தையை எதற்காகவோ நூறு தரம் திருப்பிச் சொன்னாள். அவளிடமிருந்துதான் கொரஸ்தெல்யோவும் இவ்வாறு செய்யக் கற்றுக் கொண்டான். ஸெர்யோஷா உள்ளே பொங்கிய கிளர்ச்சிப் பெருக்கால் வாய் அடைத்துப் போய், ஒரே எண்ணத்தில் முனைந்தவனாக அவர்களைச் சுற்றிச் சுற்றி வந்தவாறு இந்தப் பொழுதுபோக்கு அவர்களுக்கு எப்போ சலித்துப் போகும் என்று எதிர்பார்த்துக் கொண்டிருந்தான்.

'நீ எல்லாவற்றையும் புரிந்துகொள்கிறாய். எனக்கு எவ்வளவு சந்தோஷம் தெரியுமா, நீ எல்லாவற்றையும் புரிந்து கொள்கிறாய் என்பதில்!' என்றாள் அம்மா.

'அப்பட்டமாகச் சொன்னால் உன்னுடன் பழகும்வரை எனக்கு இந்த விஷயத்தில் புரிந்தது சொற்பந்தான். எத்தனையோ எனக்குப் புரியாதிருந்தது. அதெல்லாம் எப்போது புரிய ஆரம்பித்தது என்றால் – உனக்கே தெரியும்' என்று கொரஸ்தெல்யோவ் சொன்னான்.

அவர்கள் ஒருவர் கைகளை மற்றவர் பிடித்துக் கொண்டார்கள் – சின்னப் பிள்ளைகள் விளையாட்டில் செய்வதுபோல.

'நான் சிறுமியாக இருந்தேன். கண் தலை தெரியாத இன்பத்தில் திளைப்பதுபோல எனக்குத் தோன்றியது. அப்புறம் துயரத்தால் மடிந்து போவேன் என்ற எண்ணம் உண்டாயிற்று. இப்போதோ, இதெல்லாம் கனவு போல் இருக்கிறது' என்றாள் அம்மா.

அவளுக்குப் புது வார்த்தை கிடைத்து விட்டது. கொரஸ்தெல்யோவின் பெரிய கைகளால் தன் முகத்தைப் பொத்திக்கொண்டு, 'கனவு போல, புரிகிறதா? தூக்கத்திலே கனவு காண்போமே, அது மாதிரி நான் கனவு கண்டேன். விழித்துக் கொள்கிறேனோ, எதிரே நீ...' என்று பன்னிப் பன்னி உரைத்தாள்.

கொரஸ்தெல்யோவ் அவள் பேச்சை இடை முறித்து, 'நான் உன்னைக் காதலிக்கிறேன்' என்றான்.

அம்மா நம்பவில்லை.

'மெய்யாகவா?' என்றாள்.

'காதலிக்கிறேன்' என்று மறுபடி சொன்னான் கொரஸ்தெல்யோவ்.

அப்படியும் அம்மாவுக்கு நம்பிக்கை ஏற்படவில்லை.

'மெய்யாகவா? காதலிக்கிறாயா?' என்று கேட்டாள்.

'சத்தியமாக' என்றோ, 'இது பொய்யானால் நான் இங்கேயே விழுந்து பாழாய்ப் போவேனாக' என்றோ அவன் சொன்னால் அவள் நம்புவாள்' என்று எண்ணினான் ஸெர்யோஷா.

கொரஸ்தெல்யோவுக்குப் பதில் சொல்லிச் சலித்துப் போய்விட்டது. அவன் பேசாமல் அம்மாவைக் கண்கொட்டாமல் நோக்கினான். அவளும் அவனைப் பார்த்தாள். இப்படி அநேகமாக ஒரு மணி நேரம் ஒருவரையொருவர் பார்த்துக் கொண்டிருந்தார்கள். அப்புறம் அம்மா, 'நான் உன்னைக் காதலிக்கிறேன்' என்றாள். (விளையாட்டிலே எல்லோரும் முறையாக ஒன்றையே சொல்லுவார்களே, அது போல.)

'இது எப்போதுதான் முடியுமோ?' என்று நினைத்தான் ஸெர்யோஷா.

பெரியவர்கள் வார்த்தையாடும்போது அவர்களை நச்சரிப்பது கூடாது என்பதை வாழ்க்கை பற்றிய ஒரு சிறிது அறிவு அவனுக்குப் புரிய வைத்திருந்தது. ஏனென்றால் பெரியவர்கள் இதைச் சகிக்க மாட்டார்கள். அவர்கள் கோபித்துக் கொள்ளக் கூடும். அதன் விளைவு என்ன ஆகுமோ தெரியாது. எனவே அவர்கள் கண்ணில் படும்படி நின்றுகொண்டு ஆழ்ந்த பெருமூச்சு விடுவதன் வாயிலாகத் தன்னை அவர்களுக்கு ஜாக்கிரதையாக நினைவுபடுத்த மட்டுமே செய்து கொண்டிருந்தான் ஸெர்யோஷா.

அவனுடைய வேதனைக்கு ஒரு வகையாக முடிவு வந்தது.

'மரியாஷா, நான் ஒரு மணி நேரம்போல வெளியே போய்விட்டு வருகிறேன். நானும் ஸெர்யோஷாவும் ஒரு காரியமாக அங்கே போவதாக ஒப்பந்தம் செய்து கொண்டிருக்கிறோம்' என்றான் கொரஸ்தெல்யோவ்.

அவன் கால்கள் ரொம்ப நீளம். ஸெர்யோஷா அக்கம் பக்கம் பார்த்து நிதானிப்பதற்குள் கடைகள் இருந்த சதுக்கம் வந்துவிட்டது. அங்கே கொரஸ்தெல்யோவ் ஸெர்யோஷாவைத் தரையில் விட்டான். இருவரும் விளையாட்டுச் சாமான்கள் விற்கும் கடைக்குப் போனார்கள்.

கடை ஜன்னலில் கொழுத்த கன்னங்கள் கொண்ட பொம்மை ஒன்று உண்மையான தோல் ஜோடுகள் அணிந்து கால்களை நீட்டி அமர்ந்தபடி புன்னகை செய்து கொண்டிருந்தது. நீலக் கரடிகள் சிவப்பு டமாரத்தின் மேல் உட்கார்ந்திருந்தன. முன்னோடி இளைஞரின் எக்காளம் பொன்னொளி வீசிற்று. வரப்போகும் இன்பத்தின் முன் சுவையால் ஸெர்யோஷாவின் உள்ளம் பரவசமடைந்தது... கடைக்கு உள்ளே வாத்திய இசை ஒலித்தது. யாரோ ஒருவர் அக்கார்டியன் வாத்தியமும் கையுமாக நாற்காலியில் அமர்ந்திருந்தார். அவர் முறையாக வாசிக்காமல் அவ்வப்போது அக்கார்டியனை விரித்துச் சுருக்கிக் கொண்டிருந்தார். அது திடீரென்று கர்க்கசமாக ஒலித்து விட்டு மறுபடி அடங்கியது. உற்சாகமான சங்கீதம் வேறு இடத்திலிருந்து,

கல்லாப் பெட்டியின் பக்கத்திலிருந்து வந்தது. ஆடம்பரமாக உடையணிந்த மாமன்மார் கல்லாப்பெட்டிக்கு எதிரே நின்று இசையைக்கேட்டுக் கொண்டிருந்தார்கள். கல்லாப் பெட்டியின் பின்னே வயது முதிர்ந்த விற்பனையாள் நின்றுகொண்டிருந்தார்.

'உங்களுக்கு என்ன வேண்டும்?' என்று அவர் கொரஸ்தெல்யோவிடம் கேட்டார்.

'சிறுவர்கள் சைக்கிள்' என்றான் கொரஸ்தெல்யோவ்.

முதியவர் கல்லாப்பெட்டிக்கு முன்னே குனிந்து ஸெர்யோஷா மீது பார்வையைச் செலுத்தினார்.

'மூன்று சக்கரங்கள் உள்ளதா?' என்று வினவினார்.

'எதற்காகும் எனக்கு மூன்று சக்கர சைக்கிள்?' என்று துயரத்தால் தழுதழுக்கும் குரலில் சொன்னான் ஸெர்யோஷா.

'வார்யா!' என்று குரல் கொடுததார் முதியவர்.

அவர் அழைப்புக்கு யாரும் வரவில்லை. அவர் ஸெர்யோஷாவை மறந்துவிட்டார். மாமாக்கள் பக்கம் போய் அங்கே ஏதோ செய்தார். உற்சாக இசை நடுவில் நின்றுவிட்டது. விளம்ப காலத்தில் துயர இசை ஒலித்தது – ஸெர்யோஷாவின் நிம்மதியை ஒரேயடியாகக் குலைத்தவாறு. கொரஸ்தெல்யோவும் தாங்கள் வந்த காரியத்தை மறந்து விட்டான் போலிருந்தது. அவனும் மாமாக்களுடன் போய்ச் சேர்ந்து கொண்டான். எல்லோரும் முன்னே நோக்கியவாறு, ஸெர்யோஷாவையும் அவனுடைய ஆவலால் துடிக்கும் எதிர்பார்ப்பையும் பற்றி அறவே நினையாதவர்களாய் அசையாமல் நின்றார்கள்... ஸெர்யோஷாவால் பொறுக்க முடியவில்லை. அவர் கொரஸ்தெல்யோவின் கோட்டைப் பிடித்து இழுத்தான். கொரஸ்தெல்யோவ் தன்னுணர்வு அடைந்து, ஆழ்ந்த பெரு மூச்சு விட்டு, 'அற்புதமான இசைத்தட்டு!' என்றான்.

'இவர் நமக்கு சைக்கிள் தருவாரா?' எனக் கணீரென்ற குரலில் கேட்டான் ஸெர்யோஷா.

'வார்யா!' என்று கூவி அழைத்தார் முதியவர்.

ஸெர்யோஷாவுக்கு சைக்கிள் கிடைக்குமா கிடைக்காதா என்பது வார்யாவைத்தான் பொறுத்திருந்தது போலும். கடைசியில் வார்யாவும் வந்து சேர்ந்தாள். கல்லாப்பெட்டியின் பின்னே, அலமாரிகளுக்கு நடுவிலிருந்த தாழ்ந்த சிறுகதவு வழியாக வந்தாள். அவள் கையில் வளைய பிஸ்கோத்து இருந்தது. அவள் சவைத்துக் கொண்டிருந்தாள். கிட்டங்கியிலிருந்து இரண்டு சக்கர சைக்கிள் எடுத்துவரும்படி கிழவர் அவளிடம் சொன்னார். 'இந்த வாலிபனுக்கு' என்றார் அவர். தான் அவ்வாறு குறிக்கப்பட்டது ஸெர்யோஷாவுக்குப் பிடித்திருந்தது.

கிட்டங்கி காடு, மலை, வனம், வனாந்தரங்களுக்கு அப்பால் எங்கேயோ இருந்தது போலும். ஏனென்றால் வார்யா கற்பகோடி காலத்துக்குக் கண்ணிலேயே படவில்லை. அவன் கண்காணாமல் மறைந்திருந்த நேரத்தில் அந்த மாமா அக்கார்டியன் வாத்தியம் வாங்கிவிட்டார், கொரஸ்தெல்யோவ் கிராமபோன் வாங்கிவிட்டான். இது ஒரு பெட்டி. வட்டமான கரிய தட்டை அதில் வைக்கிறார்கள். அது சுழன்று சங்கீதம் ஒலிக்கிறது – இன்ப இசை, துன்ப இசை, எது வேண்டுமானாலும். இந்தப் பெட்டிதான் கல்லாப்பெட்டிமேல் இசைத்துக் கொண்டிருந்தது. காகிதப் பைகளில் நிறைய இசைத் தட்டுக்களும் ஏதோ ஊசி டப்பாக்கள் இரண்டும் கொரஸ்தெல்யோவ் வாங்கினான்.

'இது அம்மாவுக்கு. அவளுக்குப் பரிசு கொண்டு போவாம்' என்று அவன் ஸெர்யோஷாவிடம் சொன்னான்.

முதியவர் சாமான்களைக் காகிதத்தில் சுற்றிக் கட்டுவதை மாமாக்கள் கவனமாகப் பார்த்துக் கொண்டிருந்தார்கள். அந்தச் சமயத்தில் வனாந்தரங்களுக்கு அப்பாலிருந்து வார்யா சைக்கிளைக் கொண்டு வந்தாள். உண்மையான சைக்கிள்! சக்கரங்களில் ஆரக்கம்பிகள், மணி, சுக்கான் பிடிகள், பெடல்கள், தோல் இருக்கை, சின்னச் சிவப்பு விளக்கு, எல்லாம் கொண்டது! அதன் பின்னே இரும்புப் பட்டயத்தில் இலக்கம்கூடப் பொறிக்கப்பட்டிருந்தது – மஞ்சள் பட்டயத்தில் கறுப்பு எண்கள்!

'அருமையான சாமான் உங்களுக்குக் கிடைக்கப் போகிறது. சுக்கானைத் திருப்புங்கள். மணியை அடியுங்கள். பெடல்களை

அழுத்துங்கள். சும்மா அழுத்துங்கள், என்ன பார்க்கிறீர்கள்? எப்படி, ஊம்? அருமையான சாமானாக்கும், வெட்டிச் சரக்கு அல்ல. ஒவ்வொரு நாளும் எனக்கு நன்றி செலுத்துவீர்கள்' என்றார் முதியவர்.

கொரஸ்தெல்யோவ் சிரத்தையுடன் சுக்கானைத் திருப்பினான், மணியை அடித்தான், பெடல்களைச் சவட்டினான். ஸெர்யோஷாவோ, அங்காந்த வாயுடன், குறுகலாக மூச்சுவிட்டவாறு அநேகமாகக் கிலியுடன் நோக்கினான். இந்த அருநிதியம் முழுவதும் தனக்கே சொந்தமாகப் போகிறது என்பதை நம்புவதே அவனுக்குக் கடினமாயிருந்தது.

வீட்டுக்கு அவன் சைக்கிளில் போனான். அதாவது தோல் இருக்கையில் அமர்ந்துகொண்டான், அதன் இன்பமான பிகுவை உணர்ந்தான், நம்பிக்கை அற்ற கரங்களால் சுக்கான் பிடிகளைப் பற்றிக் கொண்டான், வசத்துக்கு வராமல் வழுக்கும் பெடல்களைச் சமாளிக்க முயன்றான். கொரஸ்தெல்யோவ் மூன்று வளைவுகளாக நெளிந்தவாறு, சைக்கிள் விழுந்துவிடாதபடி பிடித்துக்கொண்டு அதைத் தள்ளிச் சென்றான். முகமெல்லாம் சிவந்து, மூச்சு இரைக்க, இந்த ரீதியில் ஸெர்யோஷாவை வீட்டு வேலிக் கதவுவரை தள்ளிக் கொண்டுவந்து சைக்கிளைப் பெஞ்சியுடன் சாய்த்து வைத்தான்.

'இப்போது நீயே கற்றுக்கொள். என்னை வெந்து எடுத்துவிட்டாய், அப்பனே, முழுக்க முழுக்க' என்றான்.

இப்படிச் சொல்லிவிட்டு வீட்டுக்குள் போய் விட்டான். ஷேன்யா, லீதா, ஷூரிக் மூவரும் ஸெர்யோஷாவிடம் வந்தார்கள்.

'அதற்குள் கொஞ்சம் போலக் கற்றுக் கொண்டு விட்டேன்! விலகி நில்லுங்கள், இல்லாவிட்டால் உங்களை நசுக்கி விடுவேன்!' என்ற ஸெர்யோஷா அவர்களிடம் சொன்னான்.

பெஞ்சியிலிருந்து அப்பால் ஓட்டிச் செல்ல முயன்றவன் விழுந்து விட்டான்.

சைக்கிளுக்கு அடியிலிருந்து தட்டித் தடவி எழுந்து நின்று, பிரமாதமாக எதுவும் நேர்ந்து விடவில்லை என்பதைக் காட்டுவதற்காகச் சிரித்துக் கொண்டு, ‘அட சே! சுக்கானைத் தப்பாகத் திருப்பிவிட்டேன். பெடலை எட்டுவது அரும்பாடாயிருக்கிறது’ என்றான்.

‘ஜோடுகளைக் கழற்றிவிடு’ என்று யோசனை கூறினான் ஷேன்யா. ‘வெறுங்கால்களால் ஓட்டுவது மேல். விரல்களால் பற்றிக்கொள்ளலாம். எங்கே, நான் ஓட்டிப் பார்க்கிறேன். ஊம், பிடித்துக் கொள்ளுங்கள்.’ அவன் இருக்கையில் ஏறி அமர்ந்தான். ‘கெட்டியாகப் பிடித்துக் கொள்ளுங்கள்’ என்றான்.

ஆனால் மூன்று பேர் அவனைப் பிடித்துக் கொண்டிருந்த போதிலும் அவனும் விழுந்துவிட்டான். எல்லாரையும்விட அரும் பிரயாசையுடன் பிடித்துக் கொண்டிருந்த ஸெர்யோஷாவும் அவனோடு சேர்ந்து விழுந்தான்.

‘இப்போது நான்’ என்றான் லீதா.

‘இல்லை, நான்!’ என்று சொன்னான் ஷுரிக்.

‘நாசமாய்ப் போகிற புழுதி! இதிலே எங்காவது கற்றுக்கொள்ள முடியுமா? வாஸ்யாவின் சந்துக்குப் போவோம் வாருங்கள்’ என்றான் ஷேன்யா.

வாஸ்யாவின் தோட்டத்துக்குப் பின்னால் இருந்த நடமாட்டமற்ற சிறு அடை சந்தை அவர்கள் இந்தப் பெயரால் அழைத்தார்கள். சந்தின் மறுபுறம் உயரமான வேலி சூழ்ந்த விறகுக்கிட்டங்கி இருந்தது. பெரியவர்களிடமிருந்து விலகி ஒதுக்கமாக விளையாடுவதற்கு மிகவும் வசதியாயிருந்த இந்த அமைதியான சந்தில் மென்மையான சுருட்டைப் புல் அடர்ந்திருந்தது. சந்தின் கடை கோடியில் திமோகினின் காய்கறித் தோட்டம் இருந்தது. வாஸ்யா, ஷுரிக், இருவருடைய தாய்மாரும் தங்கள் தங்கள் வேலிகளின் பின்னிருந்து கழுவு நீரைச் சம உரிமையுடன் சுருட்டைப்புல்லில் கொட்டிவந்தார்கள். இருந்தாலும் இந்த வட்டாரத்தில் முதல் ஆள் வாஸ்யா என்பதை எவரும் சந்தேகிக்கவில்லை. அதனால்தான் சந்துக்கு வாஸ்யாவின் பெயர் சூட்டப்பட்டிருந்தது.

ஷேன்யா சைக்கிளை இந்த இடத்துக்கு நடத்தி வந்தான். முதலில் கற்றுக்கொள்ளப் போவது யார் என்பது பற்றி வழி நெடுகச் சச்சரவிட்டவாறு லீதாவும் ஷுரிக்கும் அவனுக்கு உதவி செய்தார்கள். ஸெர்யோஷா சக்கரப் பட்டையைப் பற்றிக்கொண்டு பின்னே ஓடி வந்தான்.

ஷேன்யா பெரியவன் என்ற முறையில் தானே முதலில் கற்றுக்கொள்ளப் போவதாகச் சொன்னான். அவனுக்குப் பிறகு லீதாவும் அப்புறம் ஷுரிக்கும் கற்றுக் கொண்டார்கள். பிறகு ஸெர்யோஷாவுக்குக் கற்றுக்கொள்ளக் கொடுத்தார்கள். ஆனால் வெகுவிரையிலேயே ஷேன்யா, 'போதும்! இறங்கு! என் முறை!' என்று விட்டான்.

ஸெர்யோஷாவுக்கு இறங்கவே மனமில்லை. கைகளாலும் கால்களாலும் சைக்கிளோடு ஒட்டிக் கொண்டு, 'எனக்கு இன்னும் விட ஆசையாயிருக்கிறது! இது என்னுடைய சைக்கிள்தானே!' என்றான்.

ஆனால் எதிர்பார்க்கக் கூடியது போலவே ஷுரிக் அவனைப் 'பேராசைக்காரன்!' என்று கடிந்து கொண்டான்.

லீதா வேண்டுமென்றே குரலை விகாரமாக்கிக் கொண்டு, 'ஆசைக்காரப் பாச்சா!' என்றாள்.

ஆசைக்காரப் பாச்சாவாக இருப்பது பெருத்த வெட்கக்கேடு. ஸெர்யோஷா பேசாமல் இறங்கி விலகிவிட்டான். திமோகினது காய்கறித் தோட்ட வேலி ஓரமாக ஒதுங்கி, மற்றவர்களுக்கு முதுகைக் காட்டியபடி நின்று வாய்விட்டு அழுதான். அவன் அழுதது எதனால் என்றால் அவனுக்கு மனம் புண்பட்டதால்; தன் கட்சியைச் சாதித்துக் கொள்ளத் தன்னால் முடியாததால்; இப்போது சைக்கிளைத் தவிர உலகில் வேறு எதுவும் அவனுக்கு வேண்டியிருக்கவில்லை, பலமுள்ள முரடர்களான அவர்கள் இதைப் புரிந்து கொள்ளவில்லை என்பதால்.

அவர்கள் அவனைக் கவனிக்கவில்லை. அவர்களுடைய உரத்த சச்சரவுகளையும் மணியொலிகளையும் விழும் சைக்கிளின் ஒலிப்புள்ள இரும்புக் குலுங்கலையும் அவன் கேட்டான். ஒருவரும் அவனைக் கூப்பிடவில்லை, 'இப்போது உன் முறை' என்று சொல்லவில்லை. ஏற்கெனவே மூன்றாம்

தடவை அவர்கள் சைக்கிள் விட்டுக் கொண்டிருந்தார்கள்! அவனோ நின்று அழுதுகொண்டிருந்தான். அப்போது திடீரென்று தன் வீட்டு வேலிக்குப் பின்னே தென்பட்டான் வாஸ்யா.

இடுப்புவரை திறந்த மேனியாக, வாரினால் இறுக்கப்பட்ட அளவு கடந்து நீண்ட கால் சராயுடன் (அவன் வளர்வதற்கு இடம் கொடுத்து வாங்கப்பட்டிருந்தது அது) விளிம்பு பின்புறம் உள்ள தொப்பி அணிந்து தோன்றினான் வாஸ்யா – கம்பீரமான, வலிமை வாய்ந்த நபர்! ஒரு நிமிஷ நேரம் போல வேலி இடுக்க வழியாகப் பார்த்தவன் எல்லாவற்றையும் புரிந்து கொண்டான்.

'ஏய்! என்ன செய்கிறீர்கள்? சைக்கிள் யாருக்காக வாங்கியிருக்கிறது – அவனுக்காகவா, உங்களுக்காகவா? ஸெர்யோஷா, வா இந்தா!' என்று கத்தினான்.

வேலியைத் தாவிக்குதித்து அதிகாரக் கையினால் சைக்கிள் சுக்கானைப் பற்றிக்கொண்டான். ஷேன்யா, லீதா, ஷூரிக், மூவரும் சமாதானமாகப் பின்வாங்கி விட்டார்கள், ஸெர்யோஷா முழங்கையால் கண்ணீரைத் துடைத்துக்கொண்டு அருகே வந்தான்.

'இரண்டு பேராசைக்காரர்கள்!' என்று லீதா கீச்சிட்டாள்.

'நீயோ, ஒட்டுண்ணி.' என்று பதிலுக்கு விளாசிவிட்டு வாஸ்யா லீதாவைப் பற்றி இன்னும் மோசமான வார்த்தைகள் சொன்னான்.

'சின்னப் பையன் கற்றுக் கொள்ளும்வரை காத்திருக்க உன்னால் முடியவில்லை' எனக் கூறிவிட்டு, ஸெர்யோஷாவைப் பார்த்து, 'உட்கார்' என்றான்.

ஸெர்யோஷா சைக்கிளில் உட்கார்ந்து நெடுநேரம் கற்றுக்கொண்டான். எல்லாப் பையன்களும் அவனுக்கு உதவினார்கள் – லீதாவைத் தவிர. அவள் புல்லில் உட்கார்ந்து டாண்டெலியன் மலர்களால் பூவட்டம் பின்னியவாறு தனக்கு சைக்கிள் விடும் மற்றவர்களைக் காட்டிலும் அதிக மகிழ்ச்சியாய் இருப்பதுபோலப் பாவனை செய்தாள்.

அப்புறம் வாஸ்யா, 'இப்போது நான்' என்றான். ஸெர்யோஷா சந்தோஷமாக அவனுக்கு இடம் கொடுத்து ஒதுங்கிவிட்டான். வாஸ்யாவுக்காக எதுவும் செய்ய அவன் தயாராயிருந்தான். பிறகு ஸெர்யோஷா உதவி இல்லாமல் தானே சைக்கிள் விட்டான், அனேகமாக விழவில்லை. சைக்கிள்தான் எல்லாப் புறங்களிலும் வளைந்து திரும்பிற்று. ஸெர்யோஷா தற்செயலாகக் காலைச் சக்கரத்தில் விட்டுவிட்டான். அதனால் நான்கு ஆரக் கம்பிகள் கழன்று விழுந்துவிட்டன. ஆயினும் மோசமில்லை, சைக்கிள் முன்போலவே போயிற்று. பின்பு ஸெர்யோஷாவுக்கு மற்றச் சிறுவர்கள்மேல் இரக்கம் உண்டாயிற்று.

'அவர்களும் ஓட்டட்டும். எல்லோரும் முறையாக ஓட்டுவோம்' என்றான்...

பாஷா அத்தை வெளிமுகப்புக்கு வந்தவள் தெருவில் ஸெர்யோஷாவின் அழுகைக் குரலைக் கேட்டாள். வெளிக்கதவு திறந்தது. சிறுவர்கள் தாராக்கள் போல ஒருவர் பின் ஒருவராக உள்ளே வந்தார்கள். எல்லோருக்கும் முன்னே சைக்கிள் சுக்கானை எடுத்துக்கொண்டு வந்தான் ஸெர்யோஷா. வாஸ்யா சட்டம் முழுவதையும் தூக்கி வந்தான். ஷேன்யா தோளுக்கு ஒன்றாக இரண்டு சக்கரங்களையும், லீதா மணியையும் எடுத்துவந்தார்கள். பின்னால் ஷூரிக் சைக்கிள் ஆரக்கம்பிகளைக் கட்டாக எடுத்துக்கொண்டு தத்தித் தத்தி வந்தான்.

'அட என் ஆண்டவனே!' என்றாள் பாஷா அத்தை.

'அவனேதான் இப்படிச் செய்தான். சக்கரத்தில் காலை விட்டுவிட்டான்' என்று கட்டைக் குரலில் முழக்கினான் ஷூரிக்.

கொரஸ்தெல்யோவ் வெளியே வந்தவன் வியப்படைந்தான்.

'அனாயாசமாக நொறுக்கி விட்டீர்களே!' என்றான்.

ஸெர்யோஷா தேம்பி அழுதான்.

'வருத்தப்படாதே. செப்பனிட்டு விடுவோம். கடையில் கொடுப்போம். புத்தம் புதிது போல் ஆகிவிடும்' என்று ஆசுவாசப்படுத்தினான் கொரஸ்தெல்யோவ்.

ஸெர்யோஷா வெறுமே கையை வீசி ஆட்டி விட்டுப் பாஷா அத்தையின் அறைக்கு அழப் போய்விட்டான். கொரஸ்தெல்யோவ் சும்மா தேறுதல் சொல்லுகிறான். இந்த உடைசல்களிலிருந்து முந்திய நேர்த்தியான சைக்கிளைச் செய்ய முடியுமா என்ன? அது என்னவாகப் போகும், மணி அடிக்கும்! அதன் ஆரக்கம்பிகள் வெயிலில் எப்படிப் பளபளக்கும்! முடியவே முடியாது! எல்லாம் தொலைந்தது, எல்லாம்! ஸெர்யோஷா நாள் முழுவதும் ஏங்கிக்கொண்டிருந்தான். கொரஸ்தெல்யோவ் அவனுக்காகவே கிராமபோன் வைத்தான். அதுவும் ஸெர்யோஷாவுக்குக் களிப்பூட்டவில்லை. 'சீழ்க்கை அடித்து இசைத்தனவே அந்தக் கம்பிகள்! வாழ்க்கையில் அப்படிக் கண்டதுமே இல்லை தம்பிகாள்!' என்று பாடிற்று இசைத்தட்டுப் பெட்டி. அதன் உற்சாகம் பொங்கும் மகிழ்ச்சி இசை தெருவெல்லாம் களி பரப்பியது. ஸெர்யோஷாவோ, அதைக் கேட்டும் கேளாதவன்போல, தன் கவலைகளில் மூழ்கியவனாக, மகிழ்வின்றித் தலையை அசைத்துக் கொண்டிருந்தான்.

...ஆனால் என்ன நினைக்கிறீர்கள்! சைக்கிள் மெய்யாகவே செப்பனிடப்பட்டது. கொரஸ்தெல்யோவ் ஏமாற்றவில்லை! 'யாஸ்னிய் பேரிக்' அரசாங்கப் பண்ணைக் கருமான்கள் அதைச் செப்பம் செய்தார்கள். பெரிய பையன்கள் அதன் மேல் சவாரி செய்யக்கூடாது என்றும் இல்லாவிட்டால் அது மறுபடி தகர்ந்து போய்விடும் என்றும் கருமான்கள் சொன்னார்கள். வாஸ்யாவும் ஷேன்யாவும் அதற்கு இசைய நடந்து கொண்டார்கள். அப்போது முதல் ஸெர்யோஷாவும் ஷூரிக்கும் மட்டுமே அதை ஓட்டினார்கள். லீதா பெரியவர்களுக்குத் தெரியாமல் சவாரி செய்வதுண்டுதான். ஆனால் அவள் ஒடிசல், ரொம்பக் கனம் அல்ல. ஓட்டிவிட்டுப் போகட்டும்.

ஸெர்யோஷா நன்றாக சைக்கிள் விடப் பழகி விட்டான். சுக்கானை விட்டுவிட்டு மார்பில் கைகளைக் கட்டிக் கொண்டு – இந்த மாதிரி ஒரு தேர்ந்த சைக்கிள் ஓட்டி விடுவதை அவன் பார்த்திருந்தான் – மேட்டிலிருந்து இறக்கத்தில் செல்லக்கூட அவன் கற்றுக்கொண்டு விட்டான். ஆனாலும் முதல் ஆனந்தக் கணங்களில் ஏற்பட்ட அந்த உடைமை இன்பம், மெய்மறக்கச் செய்யும் அந்தப் பேருவகை,

என்ன காரணத்தினாலோ ஸெர்யோஷாவுக்கு இப்போது உண்டாகவில்லை...

அதற்குள் அவனுக்கு சைக்கிள் அலுத்துப் போய்விட்டது. சிவப்பு விளக்கும் வெள்ளி முலாம் பூசிய மணியுமாகச் சமையலறையில் அழகுறத் தயாராக நின்றது சைக்கிள். ஆனால் ஸெர்யோஷா அலுவல்களைக் கவனிக்கக் கால்நடையாகப் புறப்பட்டான். சைக்கிளின் அழகில் அவனக்கு எவ்விதக் கவர்ச்சியும் ஏற்படவில்லை. அலுத்துப் போயிற்று, அவ்வளவுதான். அதற்கு என்ன செய்வது?

கொரஸ்தெல்யோவுக்கும் மற்றவர்களுக்கும் இருந்த வித்தியாசம்

பெரியவர்கள்தான் தேவையில்லாத எத்தனை வார்த்தைகளைக் கொட்டி அளக்கிறார்கள்! உதாரணமாக ஒரு முறை ஸெர்யோஷா தேநீர் பருகியவன் கொஞ்சம் சிந்திவிட்டான்.

'அட கச்சிதம் அற்றவனே! உனக்காக மேஜை விரிப்பை துவைத்து மாளாது! வயது ஆகவில்லையா இன்னமும்!' என்று பொடுபொடுத்தாள் பாஷா அத்தை.

ஸெர்யோஷாவின் கருத்துப்படி அவள் சொன்ன அத்தனை சொற்களும் வேண்டாதவை. முதலாவதாக, இந்தச் சொற்களை அவன் நூறு தடவை கேட்டாயிற்று. இரண்டாவதாக, இவை இல்லாமலே தான் குற்றம் செய்ததை அவன் புரிந்து கொண்டுவிட்டான். சிந்தியவுடனேயே புரிந்து கொண்டு வருத்தப்பட்டான். அவனுக்கு வெட்கமாயிருந்தது. மற்றவர்கள் பார்ப்பதற்கு முன்னாள் அவள் மேஜை விரிப்பை அகற்றிவிட வேண்டும் என்பது ஒன்றுதான் அவன் விரும்பியதெல்லாம்.

ஆனால் அவளோ, 'ஒருத்தி இந்த மேஜை விரிப்பைத் துவைத்திருக்கிறாள், கஞ்சி போட்டிருக்கிறாள், இஸ்திரி போட்டிருக்கிறாள், பாடுபட்டிருக்கிறாள் என்பதை எல்லாம்

நீ ஒருபோதும் நினைத்துப் பார்ப்பதில்லை' என்று மறுபடி மறுபடி சொல்லிக் கொண்டிருந்தாள்.

'நான் வேண்டுமென்று செய்யவில்லை. கோப்பை என் விரல்பிடியிலிருந்து நழுவி விட்டது' என்ற விளக்கினான் ஸெர்யோஷா.

பாஷா அத்தையோ சளைக்கிற பாடாயில்லை:

'மேஜை விரிப்பு நாள்பட்டது. நான் அதை இழை எடுத்துத் தைத்தேன். ஒரு சாயங்காலம் பூராவும் உட்கார்ந்து வேலை செய்தேன். எவ்வளவு உழைத்தேன்...'

மேஜை விரிப்பு புதிதாயிருந்தால் தாராளமாகத் தேநீரை அதில் கொட்டலாம் போலிருக்கிறது!

'இந்த அழகில் நீ வேண்டுமென்று வேறு இப்படிச் செய்ய வேண்டுமா? அது தான் போதாமல் கிடக்கிறதா?' என்று முடிவில் எரிச்சலுடன் படபடத்தாள் பாஷா அத்தை.

ஸெர்யோஷா எதையாவது உடைத்துவிட்டாலும் இதே பல்லவிதான். அவர்கள் தாங்களே கண்ணாடித் தம்ளர்களையோ தட்டுக்களையோ உடைத்து விடும்போதோ, அப்படித்தான் செய்ய வேண்டும் போல நடந்து கொள்வார்கள்.

இன்னொரு உதாரணம், 'தயவு செய்து' என்று அவன் சொல்ல வேண்டும் என்பதற்காக அம்மா படுகிற பாடு. இந்த வார்த்தைகளுக்கோ உண்மையில் எதுவும் அர்த்தம்கூடக் கிடையாது.

'இது வேண்டுகோளைக் குறிக்கிறது. நீ என்னிடம் பென்சில் கேட்கிறாய். இது வேண்டுகோள் என்பதைக் காட்டுவதற்காக, 'தயவு செய்து' என்ற சொற்களைச் சேர்த்துக்கொள்கிறாய்' என விளக்கினாள் அம்மா.

'நான் உன்னிடம் பென்சில் கேட்டேன் என்பதை நீ புரிந்து கொள்ளவில்லையா?' என்று வினவினான் ஸெர்யோஷா.

'புரிந்துகொண்டேன். ஆனால் 'தயவு செய்து' என்ற சொற்கள் இல்லாவிட்டால் இது மரியாதைக் குறைவு, பழகுமுறை தெரியாமை. 'பென்சில் கொடு!' என்றால் எப்படி

இருக்கிறது? 'தயவு செய்து பென்சில் கொடு' என்றால் இது மரியாதையான பேச்சு. நான் சந்தோஷமாகக் கொடுப்பேன்.

'நான் 'தயவுசெய்து' என்று சொல்லாவிட்டால் சந்தோஷமில்லாமல் கொடுப்பாயா?'

'கொடுக்கவே மாட்டேன்.'

ஆகட்டும், தயவுசெய்து. ஸெர்யோஷா பெரியவர்களிடம் 'தயவு செய்து' என்று சொல்லானான். எவ்வளவுதான் விந்தையான குணங்கள் இருந்தாலும் பெரியவர்கள் பலசாலிகள், குழந்தைகள் மேல் ஆட்சி செலுத்துகிறார்கள், அவர்கள் ஸெர்யோஷாவுக்குப் பென்சில் கொடுக்கலாம், அல்லது கொடுக்காமல் இருக்கலாம் – அவர்களுக்குத் தோன்றுவதைப் பொறுத்து.

இந்த மாதிரி வெட்டி விஷயங்கள் பற்றிக் கொரஸ்தெல்யோவ் கவலைப்படுவதில்லை. ஸெர்யோஷா 'தயவுசெய்து' என்று சொன்னானா இல்லையா என்பதை அவன் கவனிப்பதுகூட இல்லை.

ஸெர்யோஷா தனது மூலையில் முனைந்திருக்கிறான், அவனை அதிலிருந்து கலைப்பது கூடாது என்றால் கொரஸ்தெல்யோவ் அவனுடைய விளையாட்டை ஒரு போதும் குலைப்பதில்லை, லுக்யானிச் வேலையிலிருந்து திரும்பியதும் சொல்வதுபோல, "எங்கே, இப்படி வா, நான் உன்னை முத்தமிடுகிறேன்" என்று சொல்வதில்லை. லுக்யானிச் உரப்பான தாடியால் ஸெர்யோஷாவை முத்தமிட்டு விட்டு அவனுக்குச் சாக்லேட் அல்லது ஆப்பிள் பழம் கொடுப்பான். நன்றி, ஆனால் பையனைக் கட்டாயமாக முத்தமிடுவானேன், விளையாட்டிலிருந்து கலைப்பானேன்? விளையாட்டு ஆப்பிளைவிட முக்கியமானது. ஆப்பிளை ஸெர்யோஷா அப்புறம் தின்றிருப்பானே.

வீட்டுக்குப் பல வகை ஆட்கள், பெரும்பாலும் கொரஸ்தெல்யோவைப் பார்ப்பதற்காக, வருவார்கள். எல்லோரையும்விட அடிக்கடி வருவார் தோல்யா மாமா. அவர் வாலிபர், அழகர், அவருக்கு நீண்ட கரிய இமை மயிர்களும் வெண்மையான பற்களும் சங்கோசப் புன்னகையும் உண்டு. ஸெர்யோஷாவுக்கு அவர்மேல் மரியாதை, ஆர்வம்.

ஏனென்றால் தோல்யா மாமா செய்யுள் இயற்றுவார். புதிய செய்யுள்களைப் படித்துக் காட்டும்படி அவரை வற்புறுத்தி வேண்டுவார்கள். முதலில் அவர் கூச்சப்படுவார், மறுப்பார். அப்புறம் எழுந்திருந்து ஒரு புறமாகப் போய் நின்று கொண்டு செய்யுள்களை மனப்பாடமாக ஒப்பிப்பார். அவர் செய்யுள் எழுதாத விஷயமே கிடையாது. போரைப் பற்றியும், சமாதானத்தைப் பற்றியும், கூட்டுப் பண்ணைகள் பற்றியும், பாசிஸ்டுகளைப் பற்றியும், நீல விழிகள் உள்ள எவளோ பெண்ணைப் பற்றியும், (இவளை அவர் எதிர்பார்த்துக் காத்திருக்கிறார், காத்திருக்கிறார், ஆனால் அவள் வருகிறதாய்க் காணோம்) எழுதுவார். அருமையான செய்யுள்கள்! புத்தகத்தில் உள்ளவை போலவே காதுக்கு இனிமையாகவும் நளினமாகவும் இருக்கும். படிப்பதற்கு முன்னாள் தோல்யா மாமா இருமித் தொண்டையைச் சரிப்படுத்திக் கொள்வார். கரிய தலைமயிரைக் கோதி விடுவார். விட்டத்தைப் பார்த்தபடி உரக்கப் படிப்பார். எல்லோரும் அவரை மெச்சிப் பாராட்டுவார்கள். அம்மா அவருக்குத் தேநீர் ஊற்றித் தருவாள். தேநீர் பருகிக்கொண்டே பசுக்களின் நோய்களைப் பற்றி வார்த்தையாடுவார்கள். தோல்யா மாமா 'யாஸ்னிய் பேரிக்' அரசாங்கப் பண்ணையில் பசுக்களுக்கு மருத்துவம் செய்கிறார்.

ஆனால் வீட்டுக்கு வருபவர்கள் எல்லாருமே இந்த மாதிரி அக்கறைக்கு உரியவர்களோ இனியவர்களோ அல்ல. உதாரணமாக, ப்யோத்தர் இல்யீச்சை, அல்லது பேத்யா மாமாவைக் கண்டாலே ஸெர்யோஷா விலகிவிடுவான். அவர் முகம் அருவருப்பானது. தலையோ வெளிர் ரோஜா நிறமாகவும் ஸெல்லூலாய்டுப் பந்து போல வெறுமையாகவும் இருக்கும். 'ஹி–ஹி–ஹி–ஹி' என்று அவர் சிரிப்பதும் அருவருப்பூட்டும். ஒரு தடவை கொரஸ்தெல்யோவ் வீட்டில் இல்லாதபோது வராந்தாவில் அம்மாவுடன் உட்கார்ந்திருந்த பேத்யா மாமா ஸெர்யோஷாவை அருகில் அழைத்து, கரடிப் படம் போட்ட அபூர்வமான பெரிய சாக்லேட் மிட்டாயை அவனுக்குக் கொடுத்தார். ஸெர்யோஷா மரியாதையாக 'நன்றி' என்று சொல்லிவிட்டு, மிட்டாய் சுற்றியிருந்த காகிதத்தைப் பிரிக்கிறானோ, உள்ளே ஒன்றுமில்லை, வெற்றாயிருக்கிறது! ஸெர்யோஷாவுக்கு வெட்கமாயிருந்தது. நம்பியதற்காகத் தன்மேலும் ஏமாற்றியதற்காகப் பேத்யா மாமா

மேலும். ஸெர்யோஷா கண்டுகொண்டான், அம்மாவுக்கும் வெட்கமாயிருக்கிறது என்பதை – அவளும் நம்பினாள்...

'ஹி–ஹி–ஹி–ஹி' என்று வாய்விட்டுச் சிரித்தார் பேத்யா மாமா.

ஸெர்யோஷா கோபப்படாமல், வருத்தத்துடன், 'பேத்யா மாமா, நீ முட்டாள்' என்றான்.

அம்மா தன்னை ஆதரிப்பாள் என்று அவன் நம்பினான். அவளோ, 'இதென்ன இது? மன்னிப்பு கேள் இப்போதே!' என்று இரைந்தாள்.

ஸெர்யோஷா அவளை வியப்புடன் பார்த்தான்.

'நான் சொன்னது காதில் விழுந்ததா?' என்று கேட்டாள் அம்மா.

அவன் பேசாதிருந்தான். அவள் அவன் கையைப் பிடித்து வீட்டுக்குள் இழுத்துப் போனாள்.

'என்கிட்டே நெருங்கத் துணியாதே. நீ இவ்வளவு முரடன் என்றால் உன்னோடு பேசவே எனக்கு இஷ்டமில்லை' என்றாள்.

அவன் தவற்றுக்கு வருந்தி மன்னிப்பு கேட்பான் என்று எதிர்பார்த்து அவள் சற்று நேரம் நின்றாள். அவன் உதட்டைக் கடித்துக்கொண்டு, ஏக்கமும் கடுப்பும் நிறைந்த விழிகளை மறுபுறம் திருப்பிக் கொண்டான். தான் குற்றவாளி என்று அவன் உணரவில்லை. எதற்காக அவன் மன்னிப்பு கேட்க வேண்டும்? நினைத்ததைத்தான் அவன் சொன்னான்.

அம்மா போய்விட்டாள். அவன் தன் அறைக்குச் சென்று விளையாட்டுச் சாமான்களில் ஈடுபட்டான். நடந்த விஷயத்திலிருந்து நினைவை அகற்றுவதற்குத் தன்னை அறியாமலே முயன்றான். அவனுடைய மெல்லிய விரல்கள் நடுங்கின. பழைய சீட்டுக்களிலிருந்து கத்தரித்த பொம்மைகளை வகைப்படுத்தும் போது கறுப்பு ராணியின் ஒரு தலையைத் தற்செயலாகக் கிழித்துவிட்டான்... முட்டாள் பேத்யா மாமாவுக்கு அம்மா ஏன் பரிந்து பேசினாள்? இதோ அவள் அவருடன் உரையாடிச் சிரிக்கிறாள்,

ஒன்றுமே நடக்காதது போல. ஸெர்யோஷாவுடனோ பேச இஷ்டமில்லையாம் அவளுக்கு...

மாலையில அவள் கொரஸ்தெல்யோவிடம் நடந்த விஷயத்தைச் சொன்னபோது ஸெர்யோஷா கேட்டுக் கொண்டிருந்தான்.

'மிகவும் சரி. நியாயமான விமர்சனம் என்பது இதுதான்' என்றான் கொரஸ்தெல்யோவ்.

'சின்னப் பையன் பெரியவர்களை விமர்சனம் செய்வதை அனுமதிக்கலாமா? குழந்தைகள் நம்மை விமர்சிக்கத் தலைப்பட்டால் அவர்களை நாம் பயிற்றி வளர்ப்பது எப்படியாம்? சிறுவன் பெரியவர்களுக்கு மரியாதை காட்ட வேண்டும்' என்று சொன்னாள் அம்மா.

'இந்த உலக்கைக் கழுந்துக்கு அவன் எதற்காக மரியாதை காட்ட வேண்டும், தயை செய்து சொல்லேன்!' என்று கூறினான் கொரஸ்தெல்யோவ்.

'மரியாதை காட்டுவது அவன் கடமை. பெரியவர் ஒருவர் உலக்கைக் கழுந்தாக இருக்க முடியும் என்ற எண்ணங்கூட அவனுக்குத் தோன்றக்கூடாது. முதலாவது இதே ப்யோத்தர் இல்யீச் வயதுக்கு வளரட்டும், அப்புறம் விமர்சித்துக் கொள்ளலாம்.'

'என் கருத்துப்படி ஸெர்யோஷா அறிவில் ப்யோத்தர் இல்யீச்சை வெகுகாலத்துக்கு முன்பே மிஞ்சிவிட்டான். தவிர முட்டாளை முட்டாள் என்று சொன்னதற்காகப் பையனைத் தண்டிப்பது எந்த போதனாமுறைப்படி பார்த்தாலும் கூடாது' என்றான் கொரஸ்தெல்யோவ்.

விமர்சனம், போதனாமுறை என்பவற்றை ஸெர்யோஷா புரிந்துகொள்ளவில்லை. ஆனால் முட்டாளைப் பற்றிய பேச்சு அவனுக்கு விளங்கிற்று. இந்தச் சொற்களுக்காக அவன் கொரஸ்தெல்யோவுக்கு நன்றி பாராட்டினான்.

கொரஸ்தெல்யோவ் நல்லவன். அவன் முன்பு ஸெர்யோஷா விடமிருந்து தனியாக, நாஸ்த்யா பாட்டியுடனும் கொள்ளுப்

பாட்டியுடனும் வசித்து வந்தான், எப்போதாவதுதான் அவர்கள் வீட்டுக்கு விருந்துக்கு வந்தான் என்று நினைக்கவே விந்தையாயிருந்தது.

கொரஸ்தெல்யோவ் ஸெர்யோஷாவை ஆற்றுக்கு அழைத்துப் போய் நீந்தக் கற்றுக்கொடுப்பான். ஸெர்யோஷா மூழ்கிவிடுவானோ என்று அம்மா பயப்படுவாள். கொரஸ்தெல்யோவோ சிரிப்பான். ஸெர்யோஷாவின் கட்டிலிலிருந்து பக்கத் தடுப்பு வலையை அவன் அகற்றிவிட்டான். ஸெர்யோஷா கட்டிலிலிருந்து உருண்டு விழுந்து காயம் பட்டுக் கொள்வான் என்று அம்மா அஞ்சினாள்.

'திடீரென்று ரெயிலில் பிரயாணம் செய்ய நேர்ந்தால்? மேல் தட்டில்? பெரியவர்கள் போலப் பழகிக்கொள்ளட்டும்' என்றான் கொரஸ்தெல்யோவ்.

இப்போது ஸெர்யோஷா காலையிலும் இரவிலும் தடுப்புவலையைத் தாண்ட வேண்டியதில்லை. கட்டில் விளிம்பில் உட்கார்ந்து ஆடைகளைக் கழற்றுவான். பெரியவர்கள் போலத் தூங்குவான்.

ஒரு தரம் அவன் கட்டிலிலிருந்து உருண்டு விழுந்து விட்டானாம், சொல்லுகிறார்கள். இது நடுநிசியில் நேர்ந்ததாம். அவன் விழுந்ததைக் கேட்டு, மறுபடி கட்டிலில் படுக்க வைத்தார்களாம். அவனுக்கோ ஒன்றுமே நினைவில்லை, எங்குமே அடிபடவும் இல்லை. காயம் படவில்லை, நினைவும் இல்லை என்றால் அது கணக்கில் சேர்த்தியாகுமா?

ஒரு நாள் அவன் வெளிமுகப்பில் விழுந்து முழங்காலில் இரத்தம் வரும்படி சிறாய்த்துக் கொண்டான். அழுது கொண்டே வீட்டுக்குள் வந்தான். பாஷா அத்தை அங்கலாய்த்து, பட்டித் துணி எடுக்க ஓடினாள். ஆனால் கொரஸ்தெல்யோவோ, 'என்ன தம்பீ, நீ. இதோ சரியாகிவிடும். சண்டைக்குப் போவாய், காயம் படும், அப்போது எப்படிச் சமாளித்துக் கொள்வாய்?' என்றான்.

'உனக்குக் காயம் பட்டபோது நீ அழவில்லையா?' என்று கேட்டான் ஸெர்யோஷா.

‘நான் மட்டும் அழுதிருந்தால் தோழர்கள் என்னை நகையாடியிருப்பார்கள். நாம் ஆண் பிள்ளைகள். நமது வேலை அப்படிப்பட்டது.’

ஸெர்யோஷா அழுவதை நிறுத்திவிட்டு ‘ஹ–ஹ–ஹா !’ என்று கூவினான் – தன் ஆண்பிள்ளைத் தனத்தைக் காட்டுவதற்காக. பாஷா அத்தை பட்டித் துணியை எடுத்துக்கொண்டு வந்ததும் அவன் அலட்சியமாக, ‘கட்டுப் போடு, பயப்படாதே! எனக்கு வலிக்கவில்லை!’ என்றான்.

கொரஸ்தெல்யோவ் போரைப் பற்றி அவனுக்கு விவரித்தான். அப்போது முதல் கொரஸ்தெல்யோவின் பக்கத்தில் சாப்பாட்டு மேஜை அருகே உட்காரும் பொழுது ஸெர்யோஷாவுக்குப் பெருமையாயிருக்கும். போர் மூண்டால் சண்டை போடுவதற்கு யார் போவார்கள்? கொரஸ்தெல்யோவும் நானும். நமது வேலை அப்படிப்பட்டது. அம்மா, பாஷா அத்தை, லுக்யானிச் மூவரும் நாங்கள் வெற்றி பெறும் வரையில் இங்கே காத்துக் கொண்டிருப்பார்கள். அவர்களுடைய வேலை அப்படிப்பட்டது.

ஷேன்யா

ஷேன்யா தாய்தந்தை அற்றவன். பெரியம்மாவுடனும் அக்காளுடனும் வசித்தான். அக்காள் உடன்பிறந்தவள் அல்ல, பெரியம்மாவின் மகள். பகலில் வேலைக்குப் போவாள், மாலையில் இஸ்திரி போடுவாள். தன் உடைக்கு இஸ்திரி போடுவாள். கரிக் கங்குகளால் சூடாக்கப்படும் பெரிய இஸ்திரிப் பெட்டியோடு வெளிமுகப்பில் பரபரவென்று வேலை செய்வாள். ஒரு சமயம் இஸ்திரிப் பெட்டிக்குள் ஊதுவாள், மறு சமயம் அதன்மேல துப்புவாள், வேறு சில வேளைகளில் ஸமோவார்க் குழாயை அதன்மேல் செருகுவாள். தலைமயிரை இரும்புக் குழல் வளையங்களில் சிறு ஸாஸேஜ்கள் வடிவில் சுருட்டி விட்டிருப்பாள்.

உடைக்கு இஸ்திரி போட்டு ஆனதும் அவள் கச்சிதமாகச் சிங்காரித்துக் கொள்வாள். கூந்தலை அவிழ்த்துவிடுவாள். பின்பு பண்பாட்டு மாளிகைக்கு நடனமாடப் போய்விடுவாள்.

மறு நாள் மாலை வெளிமுகப்பில் மீண்டும் இஸ்திரிப் பெட்டியுடன் மல்லுக்கட்டுவாள்.

பெரியம்மாவும் வேலை பார்த்தாள். தான் பெருக்கித் துடைக்கும் வேலையும் அஞ்சல்காரி வேலையும் செய்வதாகவும், ஆனால் பெருக்குவதற்கு மட்டுமே தனக்குச் சம்பளம் தருவதாகவும், முறைப்படி அஞ்சல் வேலைக்குத் தனி ஆள் நியமிக்கப்பட வேண்டுமென்றும் அவள் குறை சொல்லுவாள். மூலையில் தண்ணீர்க் குழாய் அருகே வாளிகளுடன் நெடுநேரம் நின்று, தனது காரியாலயத் தலைவனுக்குத் தான் நல்ல கொடை கொடுத்ததாகவும் அவனைப் பற்றிப் புகார் எழுதியிருப்பதாகவும் பெண்களுக்கு விவரித்துச் சொல்லிக் கொண்டிருப்பாள்.

ஷேன்யா நிறையச் சாப்பிடுவதாகவும் வீட்டில் ஒன்றுமே செய்வதில்லை என்றும் அவனைக் கோபித்துக் கொள்வாள்.

அவனுக்கோ, வேலை செய்யப் பிடிப்பதில்லை. காலையில் எழுந்திருப்பான். தனக்காக வைத்திருப்பதைச் சாப்பிடுவான், பையன்களிடம் போய்விடுவான்.

பகல் முழுவதும் அவன் தெருவிலோ அல்லது அண்டை வீடுகளிலோ பொழுதைக் கழிப்பான். அவன் வந்தபோது பாஷா அத்தை அவனுக்குச் சாப்பாடு போடுவாள். பெரியம்மா வேலையிலிருந்து வீடு திரும்புவதற்கு முன்னால் ஷேன்யா வீட்டுக்குப் போய்ப் பாடம் எழுத உட்காருவான். கோடை விடுமுறையில் ஏராளமான பாடங்கள் தயாரிக்கும் வேலை அவனுக்குக் கொடுக்கப்பட்டிருந்தது. காரணம், அவன் பின்தங்கிய மாணவன். இரண்டாவது வகுப்பில் இரண்டு வருஷங்கள் உட்கார்ந்தான். மூன்றாவது வகுப்பிலும் அப்படியே. இப்போது நான்காவது வகுப்பிலும் இரண்டாவது ஆண்டு தங்கிவிட்டான். அவன் பள்ளிக்கூடத்தில் சேர்ந்த போது வாஸ்யா சின்னப் பையன். இப்போதோ, மூன்றாவது வகுப்பில் இரண்டு ஆண்டுகள் தங்கிவிட்ட போதிலும் வாஸ்யா ஷேன்யாவை எட்டிப் பிடித்துவிட்டான்.

வளர்த்தியிலும் பலத்திலுமோ, வாஸ்யா ஷேன்யாவை விஞ்சக் கூடச் செய்துவிட்டான்...

ஆரம்பத்தில் பள்ளி ஆசிரியர்கள் ஷேன்யாவுக்காகக் கவலைப்பட்டார்கள். பெரியம்மாவைப் பள்ளிக்கு அழைத்தார்கள், தாங்களும் அவள் வீட்டுக்குப் போனார்கள்.

'இந்த அதிர்ஷ்டம் என் தலையில் சுமந்திருக்கிறது. இவனை என்ன வேண்டுமானாலும் செய்யுங்கள். ஆனால் எனக்குத் திராணி இல்லை. இவனால் எனக்குத் தாவு தீர்ந்து போய்விட்டது, 'ஆமாம்' என்றாள் பெரியம்மா.

மாதர்களிடம் பேசியபோது, 'இவனுக்குப் பாடம் படிக்கத் தனி இடம் கொடுங்கள் என்கிறார்கள், இவனுக்கு இடமாவது, நல்ல கசையடி தான் வேண்டும். காலமாகி விட்ட தங்கை மகன் ஆயிற்றே என்றுதான் இரக்கப்படுகிறேன்' என்று முறையிட்டாள்.

பிற்பாடு பள்ளி ஆசிரியர்கள் வருவதை நிறுத்திவிட்டார்கள். ஷேன்யாவைப் பாராட்டக் கூடத் தலைப்பட்டார்கள். 'ரொம்பக் கட்டுப்பாடுள்ள பையன். வகுப்பில் மற்றவர்கள் கூச்சலிடுகிறார்கள், இவன் பேசாமல் அமைதியாக உட்கார்ந்திருக்கிறான். வருத்தம் அளிக்கும் ஒரே விஷயம் என்னவென்றால் பள்ளிக்கூடத்துக்கு அபூர்வமாகத்தான் வருகிறான், இவனுக்கு ஒன்றுமே தெரியாது என்பதுதான்' என்றார்கள்.

நடத்தைக்காக ஷேன்யாவுக்கு நல்ல மார்க்குகள் கொடுத்தார்கள் ஆசிரியர்கள். பாட்டுக்கும் அப்படியே. மற்ற பாடங்களில் எல்லாம் அனேகமாகச் சுழிதான்.

பெரியம்மா தன்னை அதிகமாக அதட்டித் திட்டக் கூடாது என்பதற்காக அவள் முன்னே படிப்பதுபோலப் பாசாங்கு செய்வான் ஷேன்யா. அவள் வருவாள், அப்போது அவன் சமையலறை மேஜை அருகே (அழுக்குப் பாத்திரங்களும் துணிகளும் அங்கே வைத்திருக்கும்) உட்கார்ந்து கணக்குப் போடுவதற்காக எண்களை எழுதிக் கொண்டிருப்பான்.

'என்னடா நீ, கரட்டு ஓணாண்! மறுபடியும் நீ தண்ணீர் கொண்டுவரவில்லை, மண்ணெண்ணெய் வாங்கப் போகவில்லை, ஒன்றும் செய்யவில்லையா? நான் என்ன, வாழ்நாள் பூராவும் உன்னோடு இழவு கொடுக்க வேண்டுமா, நோஞ்சான் பயலே?' என்று தொடங்குவாள் பெரியம்மா.

'படித்துக் கொண்டிருந்தேன்' என்பான் ஷேன்யா.

பெரியம்மா கத்துவாள். அவன் நிந்திக்கும் பாவனையில் பெருமூச்சுவிட்டு, பேனாவை வைப்பான், மண்ணெண்ணெய் டின்னை எடுத்துக் கொள்வான்.

'நீ என்ன, என்னைக் கேலி செய்கிறாயா? குட்டிச்சாத்தான், கடை ஏற்கெனவே சாத்தியாகி விட்டது என்று உனக்குத் தெரியாதோ?' எனக் காட்டுக் கூச்சலிடுவாள் பெரியம்மா.

'ஆமாம் சாத்தியாகி விட்டது. பின்னே எதற்காக நீங்கள் கோபித்துக் கொள்கிறீர்கள்?' என்பான் ஷேன்யா.

'போய் விறகு வெட்டு! போ, விறகு பிளந்து கொண்டு வராமல் என் கண்ணில் படாதே!' என்று தொண்டை கிழிந்துவிடும் போல மட்டுமீறிக் கத்துவாள் பெரியம்மா.

பெஞ்சி மேலிருந்து வாளிகளை எடுத்து எரிச்சலுடன் வீசி ஆட்டிக்கொண்டு கூச்சலிட்டவாறே தண்ணீர் கொண்டுவர ஓடுவாள். ஷேன்யா விறகு பிளப்பதற்காகக் கொட்டகைக்கு நிதானமாக நடப்பான்.

ஷேன்யா சோம்பேறி என்பதுபோலப் பெரியம்மா பேசுவது உண்மை அல்ல. விஷயம் முற்றிலும் வேறு. பாஷா அத்தையோ பையன்களோ ஏதாவது செய்யும்படி சொன்னால் அவன் சந்தோஷமாகச் செய்து கொடுப்பான். அவர்கள் அவனைப் பாராட்டுவார்கள் – அவன் முடிந்தவரை நன்றாக வேலை செய்ய முயல்வான். ஒரு நாள் வாஸ்யாவும் அவனும் விறகு பிளந்து முழுதாக ஒரு மீட்டர் உயரத்துக்கு அடுக்கிவிட்டார்கள்.

அவன் திறமை அற்றவன் என்பதும் நிஜமல்ல. ஸெர்யோஷாவுக்கு இரும்பு அமைப்புச் சட்டத் தொகுப்பு பரிசாகக் கிடைத்தது. அந்தப் பகுதிகளைக் கொண்டு ஷேன்யாவும் ஷூரிக்கும் கை காட்டி மரம் அமைத்தார்கள். கலீனின் தெருவிலிருந்து பையன்கள் அதைப் பார்க்க வந்தார்கள் – அவ்வளவு நேர்த்தியாக இருந்தது அது. கை காட்டி மரத்தில் சிவப்பு, பச்சை விளக்குகள் இருந்தன. இந்த வேலையில் ஷூரிக் நிரம்ப உதவி செய்தான். ஷூரிக்கின் தகப்பன் திமோகின் காரோட்டி ஆதலால்

அவன் இயந்திரங்களைப் பற்றி நன்றாகப் புரிந்துகொள்வான். இருந்தாலும் ஸெர்யோஷாவின் புத்தாண்டு அலங்காரப் பிர் மரத்திலிருந்து வண்ண விளக்குகளை எடுத்துக் கைகாட்டி மரத்தில் பொருத்தலாம் என்ற எண்ணம் ஷூரிக்குத் தோன்றவில்லை, ஷேன்யாவுக்குத்தான் தோன்றியது.

ஸெர்யோஷாவிடம் இருந்த பிளாஸ்டிக் மாவினால் ஷேன்யா மனித உருவங்களையும் பிராணிகளின் வடிவங் களையும் அமைப்பான். மோசமில்லை, உருவங்கள் ஒத்திருக்கும். ஸெர்யோஷாவின் தாய் இதைப் பார்த்து ஷேன்யாவுக்கும் பிளாஸ்டிக் மாவு வாங்கிக் கொடுத்தாள். ஆனால் அவனுடைய பெரியம்மா முட்டாள் வேலைகளில் ஈடுபட ஷேன்யாவைத் தான் அனுமதிக்கப் போவதில்லை என்று கூப்பாடு போட்டு, பிளாஸ்டிக் மாவைக் கக்கூசில் எறிந்துவிட்டாள்.

புகை குடிக்க ஷேன்யா வாஸ்யாவிடமிருந்து கற்றுக் கொண்டான். சிகரெட் வாங்குவதற்கு அவனிடம் காசு கிடையாது. வாஸ்யாவின் சிகரெட்டுக்களைத்தான் புகைப்பான். தெருவில் சிகரெட் துண்டு கிடைக்கும்போது அதை எடுத்துக் குடிப்பான். ஷேன்யாமீது பரிவு காரணமாக ஸெர்யோஷாவும் தரையிலிருந்து சிகரெட் துண்டுகளைப் பொறுக்கி அவனுக்குக் கொடுப்பான்.

சிறியவர்களுக்கு முன் ஷேன்யா வாஸ்யாவைப் போல ஆடம்பரம் செய்து கொள்வதில்லை. சண்டை விளையாட்டோ, மிலீஷியா விளையாட்டோ, லாட்டரிச் சீட்டோ எதுவானாலும் அவர்களுடன் சந்தோஷமாக விளையாடுவான். ஆனால் வயதில் பெரியவன் என்ற முறையில் ஜெனரலாகவோ மிலீஷியாத் தலைவனாகவோ இருக்க விரும்புவான். லாட்டரிச் சீட்டு விளையாடும்போது வெற்றி பெற்றால் அவனுக்கு மகிழ்ச்சி, இல்லாவிட்டால் வருத்தம்.

அவன் முகம் நன்றாயிருக்கும். உதடுகள் பெரியவை. பெரிய காதுகள் துருத்திக்கொண்டிருக்கும். பின் கழுத்தில் தலைமயிர்க் கற்றைகள் புரளும், ஏனென்றால் அவன் எப்போதாவதுதான் முடிவெட்டிக் கொள்வான்.

ஒரு நாள் வாஸ்யாவும் ஷேன்யாவும் ஸெர்யோஷாவையும் அழைத்துக்கொண்டு தோப்புக்குப் போனார்கள். தோப்பில் நெருப்பு மூட்டினார்கள் – உருளைக்கிழங்கு சுடுவதற்காக. உருளைக் கிழங்கும் உப்பும் பச்சை வெங்காயமும் உடன் எடுத்துப் போயிருந்தார்கள். நெடியடிக்கும் புகை மண்டியவாறு நெருப்பு மெதுவாக எரிந்தது.

'உன் வருங்காலத்தைப் பற்றிப் பேசுவோம்' என்றான் வாஸ்யா.

ஷேன்யா முழங்கால்களைக் கட்டிக் கொண்டு அவற்றின் மேல் மோவாயை அழுத்தியவாறு உட்கார்ந்திருந்தான். அவனுடைய குறுகிய கால் சட்டை மெலிந்த கால்கள் வெளித்தெரியும்படி மேலே இழுக்கப்பட்டிருநதது. நெகிடியிலிருந்து கிளம்பிய மங்கிய நீலமும் மஞ்சளுமான கனத்த புகைச் சுருள்களை அவன் வைத்த கண் வாங்காமல் நோக்கிக் கொண்டிருந்தான்.

'எப்படிப் பார்த்தாலும் சரி, பள்ளிப் படிப்பை நீ முடிக்க வேண்டியதுதான். படிப்பு இல்லா விட்டால் நீ யாருக்குத் தேவை?' என்று வாஸ்யா சொன்னான். தான் எதோ எல்லாப் பாடங்களிலும் சிறந்த மார்க்குகள் வாங்குபவன் போலவும் ஷேன்யாவைவிடக் குறைந்தது ஐந்து வகுப்புகளாவது மேல்படிப்பு உள்ளவன் போலவும் இருந்தது அவன் பேசிய தோரணை.

'அது தெரிந்துதான் இருக்கிறது. படிப்பு இல்லாவிட்டால் நான் ஒருவருக்கும் தேவையில்லை' என்ற ஒப்புக்கொண்டான் ஷேன்யா.

ஒரு கொம்பை எடுத்து நெகிடி மூண்டு எரியும் படி கிளறிவிட்டான். ஈரக் குச்சிகள் சீறின, அவற்றிலிருந்து சாறு வழிந்தது. மெதுவாக ஒரு சூடு பிடித்தது. பையன்கள் உட்கார்ந்திருந்த திறப்பு வெளியைச் சுற்றிலும் பிர்ச், ஆஸ்பென், ஆல்டர் ஆகிய மரங்கள் தளதளவென்று செழித்து வளர்ந்திருந்தன. விளையாடும் போது இந்தச் சோலையை அடர்ந்தகாடாகச் சிறுவர்கள் கற்பனை செய்து கொள்வது வழக்கம். இளவேனில் காலத்தில் அங்கே பூக்கள் மண்டியிருக்கும், கோடையில் கொசுக்கள் மொய்க்கும்.

இப்பொழுது புகையினால் கலவரம் அடைந்த கொசுக்கள் பின்வாங்கிவிட்டன. ஆனால் துணிச்சலுள்ள தனித் தனிக் கொசுக்கள் புகையின் ஊடாகப் பறந்து வந்து கடித்தன. அப்போது சிறுவர்கள் கால்களிலும் கன்னங்களிலும் பட் பட் என்று அடித்துக் கொண்டார்கள்.

‘பெரியம்மா கொட்டத்தை அடக்கு, அவ்வளவுதான்’ என்று யோசனை சொன்னான் வாஸ்யா.

‘லேசாகச் சொல்லி விட்டாயே! எங்கே, அடக்கித்தான் பாரேன் அவள் கொட்டத்தை!’ என்று மறுப்பு விடுத்தான் ஷேன்யா.

‘அல்லது அவள் பேச்சைக் காதிலேயே போட்டுக் கொள்ளாதே.’

‘நான்தான் போட்டுக்கொள்வதே இல்லையே. எனக்குச் சலித்துப் போயிற்று, அவ்வளவுதான். நீதான் பார்க்கிறாயே, என்னை அவள் பிடுங்கி எடுத்துவிட்டாள், அவ்வளவுதான்.’

‘லூஸ்யா மோசமில்லையே?’

‘லூஸ்யா மோசமில்லை. அவளுக்கென்ன, அவள் கலியாணம் செய்துகொண்டுவிடுவாள்.’

‘யாரை?’

‘அட யாரையாவது. இராணுவ அதிகாரியைக் கலியாணம் செய்து கொள்ள வேண்டும் என்பது அவளுக்கு. இங்கேயோ, இராணுவ அதிகாரி யாரும் கிடையாது. இராணுவ அதிகாரிகள் இருக்கும் இடம் எதற்காவது ஒருவேளை போய்விடுவாள்.’

நெகிடி மூண்டு எரிந்தது. நெருப்பு ஈரத்தை வெற்றி கொண்டு, சுள்ளிகள், இலைகளின் குவியலில் பற்றிக் கொண்டு கட்டுக்கு அடங்காத கூரிய தழல்களை வீசிப் படர்ந்தது. அதில் ஏதோ ரிவால்வரிலிருந்து குண்டு வெடிப்பது போல வெடித்தது. அப்புறம் புகை இல்லை.

‘ஓடு. உலர்ந்த சுள்ளிகள் பொறுக்கி வா, நெருப்பில் போடுவதற்கு’ என்று வாஸ்யா ஸெர்யோஷாவுக்குக் கட்டளையிட்டான்.

ஸெர்யோஷா உத்தரவை நிறைவேற்ற ஓடினான். அவன் திரும்பியபோது ஷேன்யா பேசிக் கொண்டிருந்தான். வாஸ்யாவோ, உன்னிப்பாக காரியரீதியாகக் கேட்டுக் கொண்டிருந்தான்.

'சுவர்க்க போகமாக வாழ்வேன்! நீயே யோசித்துப் பாரேன்: சாயங்காலம் விடுதிக்கு வர வேண்டியது. நமக்கென்று கட்டில், சிறு அலமாரி. படித்துக்கொண்டு வானொலி நிகழ்ச்சிகள் கேட்கலாம், இல்லாவிட்டால் கட்டம் விளையாடலாம். ஒருவரும் கத்திக் காதைத் துளைக்க மாட்டார்கள். பயிற்சி ஆசிரியர்களும் கலைஞர்களும் நம்மிடம் வருவார்கள். எட்டு மணிக்கு இரவுச் சாப்பாடு தருவார்கள்' என்று சொன்னான் ஷேன்யா.

'ஆமாம், நாகரிகமான சங்கதி. உன்னைச் சேர்த்துக் கொள்வார்களா?'

'நான் விண்ணப்பம் போடுவேன். ஏன் சேர்த்துக்கொள்ள மாட்டார்கள்? அனேகமாகச் சேர்த்துக் கொள்வார்கள்.'

'நீ பிறந்த வருஷம் எது?'

'முப்பத்து மூன்றாவது. போன வாரம் எனக்குப் பதினாலு வயது ஆயிற்று.'

'பெரியம்மா தடை சொல்லவில்லையா?'

'அவள் தடை சொல்லவில்லை. அவளுக்கு ஒரே பயம் என்னவென்றால் நான் போய்விட்டால் பிற்காலத்தில் அவளுக்கு ஒத்தாசை பண்ண மாட்டேனோ என்கிறதுதான்.'

'அவள் கிடக்கிறாள்' என்று கெட்ட வார்த்தைகளைச் சேர்த்துச் சொன்னான் வாஸ்யா.

'என்ன ஆனாலும் சரி, நான் அனேகமாகப் போய்விடுவேன்' என்றான் ஷேன்யா.

'முக்கியமானது என்னவென்றால் நீ தீர்மானம் செய்து காரியத்தில் முனைவதுதான். இல்லாவிட்டால் 'அனேகமாக' 'அனேகமாக' என்பதற்குள் படிப்பு வருஷம் தொடங்கிவிடும்,

உன்னுடைய தந்தனப் பாட்டு மறுபடி முதலிலிருந்து ஆரம்பித்துவிடும்' என்றான் வாஸ்யா.

'ஆமாம். நான் அனேகமாகத் தீர்மானம் செய்து, காரியத்தில் இறங்கிவிடுவேன். கேள், வாஸ்யா, நான் அடிக்கடி இதைப்பற்றிக் கனவு காண்கிறேன். செப்டெம்பர் முதல் தேதி இதோ சீக்கிரம் வந்துவிடும் என்பதை நினைவுபடுத்திக் கொண்டதும் எனக்கு நெஞ்சு பகீரென்கிறது...' என்று சொன்னான் ஷேன்யா.

'உண்மைதானே!' என்றான் வாஸ்யா.

உருளைக்கிழங்கு பக்குவமாகும் வரை அவர்கள் ஷேன்யாவின் திட்டங்களைப் பற்றிப் பேசிக் கொண்டிருந்தார்கள். அப்புறம் விரல்களைச் சுட்டுக்கொண்டு உருளைக் கிழங்கைத் தின்றார்கள். குழல்போன்ற தடித்த வெங்காயத் தாளைக் கறுக்குக் கறுக்கென்று கடித்துச் சுவைத்தார்கள். பிறகு களையாறுவதற்காகப் படுத்தார்கள். பொழுது சாய்ந்தது. பிர்ச் அடிமரங்கள் ரோஜா நிறம் ஆயின. சிறு திறப்பு வெளியில், பழுப்புச் சாம்பலுக்குள் தென்படாத தீப்பொறி எங்கோ இன்னும் மறைந்திருந்தது. அங்கு நிழல் படிந்தது. கொசுக்களை ஓட்டும்படி ஸெர்யோஷாவுக்குத் தோழர்கள் கட்டளையிட்டார்கள். அவன் உட்கார்ந்துகொண்டு, தூங்கும் தோழர்களுக்கு மேலே கொப்பைச் சிரத்தையுடன் வீசி ஆட்டியவாறே சிந்தித்தான்: 'ஷேன்யா தொழிலாளி ஆனபிறகு, அவனை ஓயாமல் திட்டி இரைய மட்டுமே செய்யும் பெரியம்மாவுக்குப் பணம் கொடுக்கப் போகிறானா என்ன? இது அநியாயம்!' என்று. ஆனால் விரைவில் அவனும் வாஸ்யாவுக்கும் ஷேன்யாவுக்கும் நடுவில் முடங்கி உறங்கிவிட்டான். இராணுவ அதிகாரிகளும் அவர்களுடன் ஷேன்யாவின் தமக்கை லூஸ்யாவும் அவனுக்குக் கனவில் தென்பட்டார்கள்.

ஷேன்யா தீர்மான புத்தியுள்ளவன் அல்ல. செயலில் முனைவதைவிடக் கனவு காண்பதையே அவன் விருமபினான். ஆனால் செப்டெம்பர் முதல் தேதி – பள்ளிக்கூடம் திறக்கும் நாள் – நெருங்கியது; பள்ளிக்கூடத்தில் மராமத்து வேலை பூர்த்தியாகி விட்டது; நோட்டுப் புத்தகங்களும் பாடப் புத்தகங்களும் வாங்கிக்கொள்ள மாணவர்கள் ஏற்கெனவே

அங்கு போகலானார்கள்; லீதா புதிய பள்ளி உடுப்பைப் பற்றிப் பெருமை அடித்துக் கொண்டாள்; புதிய பள்ளி ஆண்டு, அதன் எல்லாத் தொல்லைகளுடனும் அணுகிவிட்டது. எனவே ஷேன்யா தீர்மானம் செய்துவிட்டான். ஏதேனும் தொழில் பள்ளியில் ஒருவேளை சேர்த்துக் கொள்வார்கள் என்றான் அவன். மொத்தத்தில் அவன் போவதென்று முடிவு செய்துவிட்டான்.

பலர் அவனுடைய தீர்மானத்தை ஆதரித்தார்கள், அவனுக்கு உதவி செய்ய முயன்றார்கள் பள்ளி நிர்வாகிகள் நற்சான்றிதழ் வழங்கினார்கள். கொரஸ்தெல்யோவும் அம்மாவும் அவனுக்குப் பணம் கொடுத்தார்கள். பெரியம்மாகூட வழிச் சாப்பாட்டுக்காக அவனுக்கு ரொட்டிப் பணியாரம் சுட்டுத் தந்தாள்.

அவன் புறப்படும் நாளன்று காலை பெரியம்மா அதட்டிக் கத்தாமல் அவனிடம் பிரிவு சொல்லிக் கொண்டாள், தான் அவனுக்காக எவ்வளவு செய்திருக்கிறாள் என்பதை அவன் மறந்துவிடக் கூடாது என்று கேட்டுக் கொண்டாள். அவன் 'நல்லது பெரியம்மா' என்றான். அதோடு 'நன்றி' என்றும் கூறினான். இதற்குப் பிறகு அவள் தன் அலுவலகத்துக்குப் போய்விட்டாள். அவன் பயணத்துக்கு ஏற்பாடுகள் செய்யலானான்.

பச்சை வர்ணம் பூசிய மரப்பெட்டி ஒன்றைப் பெரியம்மா அவனுக்குப் பரிசளித்தாள். நெடுநேரம் தயங்கினாள், பெட்டியை இழக்க அவளுக்கு வருத்தமாக இருந்தது, எனினும் 'என் சதையுடன் பிய்த்துத் தருகிறேன்' என்று சொல்லிக் கொடுத்து விட்டாள். ஒரு சட்டை, கிழிந்த காலுறைகள், நைந்த துவாலை, ரொட்டிகள் ஆகியவற்றை ஷேன்யா இந்தப் பெட்டியில் வைத்துக் கொண்டான். அவன் சாமான்களை வைப்பதைப் பையன்கள் பார்த்துக் கொண்டிருந்தார்கள். ஸெர்யோஷா திடீரென்று பாய்ந்து வெளியே ஓடினான். பின்பு மூச்சு இரைக்கத் திரும்ப ஓடி வந்தான். சிவப்பு, பச்சை விளக்குகள் பொருத்திய கைகாட்டிமரம் அவன் கையில் இருந்தது. எல்லோருக்கும் இது மிகவும் பிடித்திருந்தபடியால் அதைப் பிரிக்காமல் மேஜை மேல் வைத்திருந்தார்கள், விருந்தாளிகளுக்குக் காட்டினார்கள்.

'இந்தா! கூட எடுத்துக் கொண்டு போ. எனக்கு வேண்டாம். வெறுமே நிற்கிறது வீணாக!' என்று ஸெர்யோஷா ஷேன்யாவிடம் சொன்னான்.

ஷேன்யா கைகாட்டி மரத்தைப் பார்த்துக் கொண்டே, 'அங்கே நான் என்ன செய்யப் போகிறேன் இதை வைத்துக்கொண்டு? இது இல்லாமலே பதினைந்து கிலோ கிராம் பாரத்தைச் சுமக்க வேண்டும்' என்றான்.

அப்போது ஸெர்யோஷா மறுபடியும் சிட்டாகப் பறந்தோடி திரும்பி வந்தான், காகித டப்பாவுடன்.

'இந்தா, இதை எடுத்துக் கொள். அங்கே பொம்மைகள் செய். இது கனமல்ல' என்று கிளர்ச்சியுடன் கூறினான்.

ஷேன்யா டப்பாவை எடுத்துத் திறந்தான். பிளாஸ்டிக் மாவு பில்லைகள் அதில் இருந்தன. ஷேன்யாவின் முகத்தில் திருப்தி பளிச்சிட்டது.

'நல்லது, எடுத்துக்கொள்கிறேன்' என்று சொல்லி டப்பாவைப் பெட்டிக்குள் வைத்தான்.

அவர்கள் ஊர் வரை இன்னும் ரெயில் போடப் படவில்லை. நிலையம் முப்பது கிலோ மீட்டர் தூரத்தில் இருந்தது. ஷேன்யாவைத் தன் லாரியில் ரெயில் நிலையம் கொண்டு விடுவதாக திமோகின் வாக்குக் கொடுத்திருந்தான். ஆனால் சரியாகத் தலைக்கு நாள் திமோகினுடைய லாரி வேலை நிறுத்தம் செய்துவிட்டது. இயந்திரம் கோளாறாகி விட்டது என்றும் அது செப்பனிடப்படுவதாகவும் திமோகின் உறங்குவதாகவும் ஷூரிக் தகவல் தெரிவித்தான்.

'தள்ளு குப்பையிலே! வேறு எதிலாவது போய்ச் சேருவாய்' என்றான் வாஸ்யா.

'பஸ்ஸிலே போகலாமே' என்று சொன்னான் ஸெர்யோஷா.

'புத்திசாலிதான் போ! பஸ்ஸுக்குப் பணம் கொடுக்க வேண்டும்' என்று ஆட்சேபம் கூறினான் ஷூரிக்.

'நெடுஞ்சாலையில் போய் நின்று கொண்டு கையைக் காட்டுகிறேன். எவனாவது அனேகமாக ஏற்றிக் கொண்டு சேர்ப்பான்' என்றான் ஷேன்யா.

வாஸ்யா அவனுக்கு ஒரு பாக்கெட்டு சிகரெட்கள் பரிசளித்தான். நெருப்புப்பெட்டி அவனிடம் இல்லை. ஆகவே ஷேன்யா பெரியம்மாவின் நெருப்புப் பெட்டியை எடுத்துக் கொண்டான். எல்லோரும் பெரியம்மாவின் வீட்டிலிருந்து வெளியேறினார்கள். ஷேன்யா கதவைப் பூட்டிச் சாவியை வாசற்படிக்கு அடியில் வைத்தான். நடந்தார்கள். பெட்டி பிணமாய்க் கனத்தது – உள்ளிருந்தவற்றினால் அல்ல, சொந்தப் பாரத்தால். ஷேன்யா கைக்குக் கை மாற்றியவாறு அதை எடுத்துச் சென்றான். வாஸ்யா ஷேன்யாவின் மேல்கோட்டையும் லீதா குழந்தை விக்டரையும் தூக்கிச் சென்றார்கள். வயிற்றைப் பிதுக்கிக் கொண்டும், 'அட சே! உட்கார்ந்திரேன்! என்ன வேண்டும் உனக்கு?' என்று சொல்லியவாறு அடிக்கொரு முறை குலுக்கிக் கொண்டும் அவனை அவள் எடுத்துச் சென்றாள்.

காற்று வீசிக் கொண்டிருந்தது. ஊருக்கு வெளியே நெடுஞ் சாலைக்குச் சென்றார்கள். அங்கே புழுதி தம்பங்களாகச் சுழன்று கண்களில் படிந்தது. சாலையோரத்தில் வளர்ந்திருந்த பழுப்புப் புற்களும் நிறம் மங்கிய நீலப்பூச் செடிகளும் காற்றில் நடுங்கித் தரையில் சாய்ந்தன. முற்றிலும் அமைதி நிறைந்தவை போன்ற, உருண்டையும் வெண்மையுமான மேகங்கள் ஒளிர் நீல வானில் அசையாது நின்றன. அவற்றில் எவ்வித அச்சுறுத்தும் குறியும் இல்லை. ஆனால் சற்று தாழ்வாக, பறட்டைச் சடைக் கற்றைகளை உக்கிரமாக அசைத்தாட்டியவாறு விரைந்து நெருங்கின கரு முகில்கள். அவற்றிலிருந்தே காற்று பாய்ந்து வருவது போலவும், புழுதியினூடாக ஏதோ சில்லென்று குளுமையாகத் திடீர் திடீரென்று வீசி நெஞ்சைக் குளிர்விப்பது போலவும் தோன்றியது... பையன்கள் நின்று, பெட்டியை வைத்து விட்டுக் கார்களை எதிர்பார்க்கலானார்கள். போதாத காலம், எல்லாக் கார்களும் ரெயில் நிலையத்திலிருந்து நகருக்குப் போயின. கடைசியில் மறுபுறமிருந்து ஒரு லாரி வரக் காணப்பட்டது. அதில் பெட்டி வரிசைகள் உயரமாக அடுக்கப்பட்டிருந்தன, ஆனால் காரோட்டியின் பக்கத்தில் ஒருவரும் இல்லை. பையன்கள் கைகள் உயர்த்தினார்கள். காரோட்டி ஒரு பார்வை பார்த்துவிட்டு மேலே சென்றுவிட்டான். அப்புறம் புழுதிப்படலங்களுக்குள் கறுப்பு ஜீப் தென்பட்டது. அது

அநேகமாக வெறுமையாயிருந்தது. காரோட்டி தவிர ஒரே ஒருவன்தான் அதில் இருந்தான். ஆனால் அதுவும் நிற்காமல் மேலே போய்விட்டது.

'அட சைத்தானே!' என்று திட்டினான் ஷூரிக்.

'நீங்கள் எதற்காகக் கையைக் காட்டுகிறீர்களாம்? நான் காட்டுகிறேன் உங்களுக்குக் கை மேலே! இந்தப் பட்டாளம் முழுவதையும் ஏற்றிச் செல்ல வேண்டுமாக்கும் என்று அவர்கள் நினைக்கிறார்கள். ஷேன்யா ஒருவன் மட்டும் கையைக் காட்டட்டும். அதோ இன்னும் ஏதோ கட கடக்கிறது' என்றான் வாஸ்யா.

பையன்கள் கீழ்ப்படிந்தார்கள். ஜீப் நேராக வந்ததும் ஒருவரும் கையை உயர்த்தவில்லை, ஷேன்யாவையும் வாஸ்யாவையும் தவிர. வாஸ்யா தனது உத்தரவைத் தானே மீறிவிட்டான் – பெரிய பையன்கள் எதைச் சிறுவர்கள் செய்யக் கூடாது என்று தடுக்கிறார்களோ அதையே தாங்கள் மட்டும் எப்போதும் செய்கிறார்கள்...

ஜீப் முன்னே பாய்ந்து சென்று நின்றது. ஷேன்யா பெட்டியும் கையுமாக அதை நோக்கி ஓடினான். வாஸ்யா மேல்கோட்டுடன் கூட ஓடினான். கதவு ஒலிப்புடன் திறந்தது. ஷேன்யா ஜீப்புக்குள் மறைந்தான், அவன் பின்னே வாஸ்யாவும் மறைந்து விட்டான். அப்புறம் ஆவியும் புழுதியும் சேர்ந்த படலம் எல்லாவற்றையும் திரையிட்டு மறைத்தது. அது விலகிய போது சாலையில் வாஸ்யாவையோ ஷேன்யாவையோ காணோம். தொலைவில் விரைந்து செல்லும் ஜீப் தென்பட்டது. பெரிய தந்திரசாலி இந்த வாஸ்யா. ஷேன்யாவை ரெயில் ஏற்றிவிடப் போவதாக ஒருவரிடமும் சொல்லவில்லை. குறிப்புக்கூட காட்டவில்லை.

மற்றச் சிறுவர்கள் வீடு திரும்பினார்கள். காற்று முதுகில் அடித்து முன்னே தள்ளிற்று, ஸெர்யோஷாவின் நீண்ட தலைமயிரை முகத்தில் விசிறியடித்தது.

'அவள் அவனுக்கு ஒரு போதும் ஒன்றுமே தைத்துத் தரவில்லை. அவன் கந்தலைத்தான் உடுத்துக் கொண்டிருந்தான்' என்றாள் லீதா.

‘அவளுடைய காரியாலயத் தலைவன் நாய்ப் பயல். அஞ்சல்காரி வேலைக்குச் சம்பளம் தர மாட்டேன் என்கிறான். அவளுக்கு உரிமையுண்டு’ என்றான் ஷூரிக்.

ஸெர்யோஷா காற்றினால் உந்தப்பட்டு நடந்தபடியே எண்ணமிட்டான்: ஷேன்யா எவ்வளவு அதிர்ஷ்டசாலி! ரெயிலில் பயணம் செய்வான். ஸெர்யோஷா இன்னும் ஒரு தடவைகூட ரெயிலில் போனதில்லை... பகல் கருண்டது. திடீரென்று வெறிகொண்ட மின்னல் ஒளி வீசிற்று. பீரங்கிக் குண்டுகள் அதிர்வதுபோலத் தலைக்கு மேலே இடி தடதடத்தது. மறு கணமே சோனா மாரியாக அடைமழை கொட்டியது... நொடிப் போதில் உருவாகிவிட்ட சேற்றில் வழுக்கியவாறு சிறுவர்கள் ஓட்டமெடுத்தார்கள். மழை அவர்கள் மேல் வாள் வீசிக் கீழே விழுந்தது. மின்னல்கள் வானமெங்கும் தத்திப் பாய்ந்தன. இரைச்சலுக்கும் இடி முழக்கத்துக்கும் இடையே கேட்டது குழந்தை விக்டரின் அழுகுரல்...

இந்த மாதிரிப் புறப்பட்டுப் போனான் ஷேன்யா. சிறிது காலத்துக்குப் பிறகு அவனிடமிருந்து இரண்டு கடிதங்கள் வந்தன. ஒன்று வாஸ்யாவுக்கு, மற்றது பெரியம்மாவுக்கு, வாஸ்யா ஒருவருக்கும் ஒன்றும் சொல்லவில்லை. கடிதத்தில் ஏதோ ஆண்களுக்குரிய இரகசியங்கள் அடங்கியிருப்பதுபோலப் பாவனை செய்தான். பெரியம்மா எவ்வித மூடுமந்திரமும் பண்ணாமல், ஆண்டவன் அருளால் ஷேன்யா தொழில் பள்ளியில் சேர்த்துக் கொள்ளப்பட்டு விட்டான் என்று எல்லோருக்கும் தகவல் தெரிவித்தாள். அவன் மாணவர் விடுதியில் வசிப்பதாகவும் சர்க்கார் செலவில் அவனுக்கு உடுப்பு கொடுக்கப்பட்டிருப்பதாகவும் சொன்னாள். ‘எப்படியோ ஒரு விதமாக அவனுக்கு ஒரு வழி செய்து விட்டேன். அவனும் ஆளாக வளைய வருவான். எல்லாம் யாரால்? என்னால்’ என்றாள் பெரியம்மா.

ஷேன்யா ஆட்டத் தலைவனாக இருக்கவில்லை. அவன் இல்லாததற்குப் பையன்கள் விரைவிலேயே பழகிவிட்டார்கள். அவனைப் பற்றி நினைக்கும்போது அவன் சௌக்கியமாயிருக்கிறான், அவனிடம் சிறு அலமாரி இருக்கிறது, அவனிடம் கலைஞர்கள் வருகிறார்கள் என்பதை

எண்ணி அவர்கள் மகிழ்ச்சி அடைந்தார்கள். சண்டை விளையாட்டு விளையாடினால் இப்போது ஷுரிக்கும் ஸெர்யோஷாவும் முறையே ஜெனரல்களாக இருந்தார்கள்.

கொள்ளுப்பாட்டியின் இறுதிச் சடங்கு

கொள்ளுப்பாட்டி நோய்ப்பட்டாள். அவளை ஆஸ்பத்திரிக்குக் கொண்டு போனார்கள். அவளைப் போய்ப் பார்க்க வேண்டும் என்று இரண்டு நாட்களாக எல்லோரும் சொல்லிக் கொண்டிருந்தார்கள். மூன்றாம் நாள் வீட்டில் ஸெர்யோஷாவும் பாஷா அத்தையும் மட்டும் இருந்த நேரத்தில் நாஸ்த்யா பாட்டி வந்தாள். எப்போதையும்விட இன்னும் விறைப்பாகவும் கடுகடுப்பாகவும் இருந்தாள். ஜிப் வைத்த கறுப்புப் பையைக் கையில் பிடித்திருந்தாள். முகமன் கூறிக்கொண்ட பிறகு நாஸ்த்யா பாட்டி உட்கார்ந்தாள்.

"என் தாயார் இருந்தார்களே. காலமாகி விட்டார்கள்" என்றாள்.

பாஷா அத்தை சிலுவைக் குறி இட்டுக் கொண்டு, "சுவர்க்க சாம்ராஜ்யம் அவருக்குக் கிட்டுவதாக!" என்று சொன்னாள்.

நாஸ்த்யா பாட்டி பையிலிருந்து ஒரு ஆல்பகோடா பழத்தை எடுத்து ஸெர்யோஷாவுக்குக் கொடுத்தாள்.

"தாயாருக்காகக் கொண்டு போனேன். இரண்டு மணி நேரத்துக்கு முன் உயிர் போய்விட்டது என்று சொன்னர்கள். தின்னு, ஸெர்யோஷா. அலம்பிச் சுத்தம் செய்தவை. நல்ல ஆல்பகோடாப் பழங்கள். தாயாருக்குப் பிடிக்கும். தேநீரிலே போட்டு, வெந்து தின்பார்கள். இந்தாருங்கள், எல்லாம் உங்களுக்குத்தான்." இவ்வாறு சொல்லிப் பழங்களை மேஜை மேல் வைக்கலானாள்.

"அட எதற்காக? உங்களுக்கு வைத்துக் கொள்ளுங்கள்" என்றாள் பாஷா அத்தை.

நாஸ்த்யா பாட்டி வாய்விட்டு அழுதாள்.

"எனக்கு வேண்டாம். தாயாருக்காக வாங்கினேன்."

"அவருக்கு என்ன வயது?" என்று கேட்டாள் பாஷா அத்தை.

"எண்பத்து மூன்றாவது நடந்து கொண்டிருந்தது. ஜனங்கள் இன்னும் நீண்ட காலம் கூட வாழ்வதுண்டு. தொண்ணூறு வரையில் வாழ்வதைப் பார்க்கிறோம்."

"பால் சாப்பிடுங்கள். குளுகுளுவென்று இருக்கும். குளிர் அறையில் வைத்திருந்தது. சாப்பிட வேண்டும். நாம் என்ன செய்யக் கிடக்கிறது?" என்று தேற்றினாள் பாஷா அத்தை.

"ஊற்றுங்கள்" என்று மூக்கைச் சிந்திக் கொண்டே சொன்னாள் நாஸ்த்யா பாட்டி. பின்பு பாலைக் குடித்துவிட்டு, "அவரை அப்படியே கண் முன்னாலே காண்கிறேன். இப்படியேதான் அவர் எனக்குத் தோன்றிக் கொண்டிருப்பார். அவர்தான் எப்பேர்ப்பட்ட விவேகி, எத்தனை புத்தகங்களைப் படித்திருந்தார்! ஆச்சரியம்... இப்போது என் வீடு வெறுமையாகிவிட்டது. யாருக்காவது வாடகைக்கு விடப் போகிறேன்."

"ஐயோ கஷ்டம்!" என்று பெருமூச்செறிந்தாள் பாஷா அத்தை.

ஸெர்யோஷா கை நிறைய ஆல்பகோடாப் பழங்களை அள்ளிக்கொண்டு வெளிமுகப்புக்குப் போனான். அங்கே இதமான வெதுவெதுப்புள்ள வெயிலில் சிந்தனை செய்யலானான்: நாஸ்த்யா பாட்டியின் வீடு இப்போது வெறுமையாகிவிட்டது என்றால் கொள்ளுப்பாட்டி இறந்து போனாள் என்று ஆகிறது. அவர்கள் இருவரும்தானே சேர்ந்து வசித்தார்கள்! அவள் நாஸ்த்யா பாட்டியின் அம்மா என்று ஆகிறது. இப்போது நாஸ்த்யா பாட்டி வீட்டுக்கு விருந்துக்குப் போனால் தன்னிடம் குற்றம் கண்டுபிடிப்பதற்கும் தன்னைக் கடிந்து கொள்வதற்கும் ஒருவரும் இருக்க மாட்டார்கள் என்று எண்ணமிட்டான் ஸெர்யோஷா.

சாவை அவன் பார்த்திருந்தான். பூனை ஸாய்க்காவால் கொல்லப்பட்ட சுண்டெலியைக் கண்டிருந்தான். அதற்கு முன்னால் சுண்டெலி தரையில் ஓடிற்று, ஸாய்க்கா

அதனுடன் விளையாடிக் கொண்டிருந்தது. திடீரென்று அது பாய்ந்து தாவித் துள்ளிற்று. அதன்பின் சுண்டெலி ஓடுவதை நிறுத்தி விட்டது. ஸாய்க்கா அதைத் தின்று விட்டு, திருப்தியாக மூஞ்சியைச் சோம்பலுடன் ஆட்டிக் கொண்டது... அழுக்கடைந்த மென்மயிர்த்தோல் கிழிசல் போலத் தோற்றம் அளித்த செத்த பூனைக் குட்டி; பிய்ந்து, வண்ணப் பொடி இன்றி, கண்ணாடி போலிருந்த சிறகுகள் கொண்ட இறந்த வண்ணத்திப் பூச்சிகள்; கரையில் எறியப்பட்டிருந்த செத்த மீன்கள்; சமையலறையில் பெஞ்சி மேல் கிடந்த செத்த கோழி ஆகியவற்றை ஸெர்யோஷா பார்த்திருந்தான். செத்த கோழியின் கழுத்து தாராவினுடையது போல நீளமாக இருந்தது. கழுத்தில் கறுப்புத் துளையிருந்தது. அந்தத் துளையிலிருந்து இரத்தம் அடியில் வைக்கப்பட்டிருந்த வட்டத் தாம்பாளத்தில் சொட்டிக் கொண்டிருந்தது. பாஷா அத்தைக்கோ அம்மாவுக்கோ கோழியை வெட்ட முடியவில்லை. அவர்கள் இந்த வேலையை லுக்யானிச்சிடம் ஒப்படைத்தார்கள். அவன் கோழியுடன் கொட்டகைக்குப் போய்க் கதவைத் தாளிட்டுக்கொண்டான். கோழி கத்திற்று. அதன் கத்தலைக் கேட்கப் பொறாமல் ஸெர்யோஷா ஓடிப் போய்விட்டான். அப்புறம் சமையலறை வழியாகச் செல்கையில் அருவருப்புடனும் தன்வசமற்ற ஆவலுடனும் கடைக் கணித்தவன் கோழியின் கழுத்திலிருந்த கறுப்புத் துளையிலிருந்து இரத்தம் வட்டத் தாம்பாளத்தில் சொட்டிக்கொண்டிருப்பதைக் கண்டான். இனிமேல் கோழிக்கு இரங்க வேண்டியதில்லை என்று பெரியவர்கள் அவனுக்குப் போதித்தார்கள். பாஷா அத்தை தன் லாகவமுள்ள பருத்த கைகளால் கோழியின் இறகுகளைப் பிடுங்கிக்கொண்டே, "இப்போது இதற்கு வலியே தெரியாது" என்று தேறுதல் சொன்னாள்.

ஒரு செத்த குருவியை ஸெர்யோஷா லேசாகத் தொட்டான். குருவி ஒரேயடியாகச் சில்லிட்டுப் போயிருந்ததால் ஸெர்யோஷா திகிலுடன் சட்டெனக் கையை எடுத்துவிட்டான். வெயிலால் கதகதப்பாயிருந்த பவளக்குறிஞ்சிப் புதரின் அடியில் கால்கள் மேலாக விழுந்து கிடந்த பாவம் குருவி பனிக்கட்டி போலக் குளிர்ந்திருந்தது.

அசையாமை, சில்லிடுதல் - இதுதான் சாவு எனப்படுகிறது போலும்.

"வா இதை அடக்கம் செய்வோம்!" என்று லீதா சொன்னாள்.

அவள் ஒரு டப்பியைக் கொணர்ந்து, கந்தைத் துண்டால் அதற்கு உள்துணி அமைத்து, இன்னொரு கந்தைத் துண்டை மடித்துத் தலையணையாக வைத்து அதற்கு விளிம்பில் லேஸ் தயாரித்தாள். லீதாவுக்கு உரிய நியாயம் செய்வதானால் அவள் பல காரியங்களில் கை தேர்ந்தவள் என்பதைச் சொல்லிவிட வேண்டும். பள்ளம் தோண்டும்படி அவள் ஸெர்யோஷாவைப் பணித்தாள். அவர்கள் குருவி இருந்த டப்பியைப் பள்ளத்தில் வைத்து மூடி, அதன்மேல் மண்ணைத் தூவினார்கள். சிறு மேட்டை லீதா கையால் சமப்படுத்தி ஒரு கொம்பைச் செருகினாள்.

"இதை எப்படி அடக்கம் செய்துவிட்டோம்! இது கனவுகூடக் கண்டிராது!" என்று பெருமையடித்துக் கொண்டாள்.

வாஸ்யாவும் ஷேன்யாவும் இந்த விளையாட்டில் கலந்துகொள்ள மறுத்துவிட்டார்கள். எட்ட உட்கார்ந்து புகை குடித்தவாறே சுளித்த முகத்துடன் பார்த்துக் கொண்டிருந்தார்கள். ஆனால் சிரித்துக் கேலி செய்யவில்லை.

ஆட்களும் சில வேளைகளில் செத்துப் போவதுண்டு. அவர்களை நீண்ட பேழைகளில் - சவப் பெட்டிகளில் - கிடத்தி வீதிகள் வழியே எடுத்துச் செல்வது வழக்கம். ஸெர்யோஷா தூரத்திலிருந்து இதைப் பார்த்திருந்தான். ஆனால் இறந்த மனிதனை அவன் கண்டதில்லை.

...பாஷா அத்தை ஆழ்ந்த தாம்பாளத்தில் வெள்ளை வெளேரென்று புஷ்பமாக வெந்த சாதத்தை நிறைத்து சிவப்பு மார்மலேட் துண்டுகளைத் தாம்பாள விளிம்பில் வரிசையாக வைத்தாள். நடுவில் சாதத்தின் மேல் மார்மலேட் துண்டுகளால் பூவோ நட்சத்திரமோ என்று தெரியாத ஒரு வடிவத்தை அமைத்தாள்.

"இதென்ன, நட்சத்திரமா?" என்று கேட்டான் ஸெர்யோஷா.

"இது சிலுவை. நீயும் நானும் கொள்ளுப் பாட்டியின் இறுதிச் சடங்குக்குப் போகிறோம்" என்றாள் பாஷா அத்தை.

அவள் ஸெர்யோஷாவின் முகத்தையும் கைகளையும் கால்களையும் கழுவித் துடைத்து, காலுறைகளும் ஜோடுகளும் மாட்டி, மாலுமி உடையும் நாடாக்கள் தைத்த மாலுமித் தொப்பியும் அணிவித்தாள். மிக நிறையச் சாமான்கள்! தானும் நல்லுடை உடுத்து லேஸ் வைத்த கறுப்பு லேஞ்சியைக் கட்டிக்கொண்டாள். சாதத் தாம்பாளத்தை வெள்ளை துணியால் மூடிக் கட்டினாள். பூச்செண்டைக் கையில் எடுத்துக்கொண்டாள். பருத்த காம்புகளில் மலர்ந்த இரண்டு தாஹ்லியாப் பூக்களை ஸெர்யோஷாவிடமும் கொடுத்தாள்.

வாஸ்யாவின் தாய் தண்ணீருக்காகக் காவடியுடன் போய்க் கொண்டிருந்தாள்.

"வணக்கம்! நாங்கள் கொள்ளுப்பாட்டியின் இறுதிச் சடங்குக்குப் போகிறோம்!" என்று ஸெர்யோஷா அவளிடம் சொன்னான்.

லீதா தன் வீட்டு வாயிலில் குழந்தை விக்டரைத் தூக்கிக் கொண்டு நின்றாள். "நான் கொள்ளுப்பாட்டியின் இறுதிச் சடங்குக்குப் போகிறேன்!" என்று அவளிடமும் தெரிவித்தான் ஸெர்யோஷா, அவள் பொறாமை நிறைந்த விழிகளால் அவன் போவதைப் பார்த்துக் கொண்டிருந்தாள். அவளுக்கும் போக வேண்டும் போல இருக்கிறது என்பதை ஸெர்யோஷா புரிந்து கொண்டான். ஆனால் அவன் அவ்வளவு பகட்டாக உடுத்திருந்தான், அவளோ அழுக்குக் கவுன் போட்டுக் கொண்டு வெறுங்கால்களுடன் இருந்தாள். அவனுக்கு அவள் மேல் இரக்கம் உண்டாயிற்று. திரும்பிப் பார்த்து, "எங்களோடு போகலாம் வா, பரவாயில்லை!" என்றான்.

ஆனால் அவள் தன்மானம் மிகுந்தவள். அவள் போகவும் இல்லை, எதுவும் சொல்லவும் இல்லை. அவன் மூலை திரும்பும்வரை அவனைப் பார்க்க மட்டுமே செய்தாள்.

ஒரு தெருவைக் கடந்தார்கள், பின்பு இன்னொன்றைக் கடந்தார்கள். வெக்கையாக இருந்தது. இரண்டு கனத்த பூக்களை எடுத்துப்போவது ஸெர்யோஷாவுக்கு அலுப்பாக இருந்தது.

"இவைகளை நீயே எடுத்துக்கொள்" என்று பாஷா அத்தையிடம் சொன்னான்.

அவள் எடுத்துக்கொண்டாள். அவன் தடுமாறத் தொடங்கினான். சமமான தரையில் நடக்கும்போதே தடுமாறினான்.

"நீ என்ன, தள்ளாடித் தடுமாறுகிறாய்?" என்றாள் பாஷா அத்தை.

"ஏனென்றால் எனக்குப் புழுக்கமாயிருக்கிறது. என் மேலிருந்து இதைக் கழற்றிவிடு. வெறும் கால் சட்டையோடு நடக்க விரும்புகிறேன்" என்றான்.

"சும்மா புரளி பண்ணாதே. இறுதிச் சடங்குக்குக் கால்சட்டை மட்டும் போட்டுக் கொண்டு போக யார் விடுவார்கள் உன்னை? இதோ நிறுத்தம் வந்துவிடும். பஸ்ஸில் ஏறிக்கொள்வோம்" என்றாள் பாஷா அத்தை.

ஸெர்யோஷாவுக்குக் குதூகலம் வந்துவிட்டது. முடிவற்ற தெருவில், மரங்கள் அடர்ந்து கவிந்திருந்த கணக்கற்ற வேலிகளின் ஓரமாக உற்சாகத்துடன் நடந்தான்.

எதிரே புழுதியைக் கிளப்பிக் கொண்டுவந்தன பசுக்கள்.

"என் கையைப் பிடித்து கொள்" என்றாள் பாஷா அத்தை.

"எனக்குத் தாகமாயிருக்கிறது" என்று சொன்னான் ஸெர்யோஷா.

"வீண் புரளி பண்ணாதே. உனக்குத் தாகமும் இல்லை, ஒன்றும் இல்லை" என்றாள் பாஷா அத்தை.

அவள் நினைத்தது தவறு. உண்மையாகவே அவனுக்குத் தாகம் எடுத்தது. ஆனால் அவள் அப்படிச் சொன்னதும் தாகம் குறைந்துவிட்டது.

ஆழ்ந்த தோற்றமுள்ள மூஞ்சிகளை மெதுவாக ஆட்டியபடி பசுக்கள் அவர்களைக் கடந்து போய் விட்டன. ஒவ்வொன்றின் மடியிலும் பால் நிறைந்திருந்தது.

சதுக்கத்தில் பாஷா அத்தையும் ஸெர்யோஷாவும் பஸ்ஸில் ஏறிக் குழந்தைகளுக்கான இடத்தில் அமர்ந்தார்கள். ஸெர்யோஷா அபூர்வமாகவே பஸ்ஸில் போக நேரும். எனவே

இந்த உல்லாசப் பொழுதுபோக்கை அவன் வெகுவாக மதித்தான். இருக்கையில் முழங்கால்களை மடித்து நின்று கொண்டு அவன் ஜன்னல் வழியே வெளியே பார்த்தான், பின்பு பக்கத்து இருக்கையில் அமர்ந்திருந்தவனை நோக்கினான். பக்கத்துப் பையன் கொழுத்தவன், ஸெர்யோஷாவைவிடச் சின்னவன். அவன் குச்சி செருகிய சேவல் மிட்டாயைச் சப்பிக்கொண்டிருந்தான். அவனுடைய கன்னங்களில் மிட்டாய்ப் பாகு தீற்றியிருந்தது. அவனும் ஸெர்யோஷா மீது கண்ணோட்டினான். "உன்னிடம் சேவல் மிட்டாய் இல்லையே, கெக்கே!" என்ற பாவத்தை வெளியிட்டது அவன் பார்வை. பெண் கண்டக்டர் அருகே வந்தாள்.

"பையனுக்கு டிக்கெட் வாங்க வேண்டுமா?'' என்று வினவினாள் பாஷா அத்தை.

"எங்கே, அளவெடுத்துக்கொள், தம்பீ" என்றாள் கண்டக்டர்.

பஸ்ஸில் சுவர் மீது கறுப்புக் கோடு போட்டிருந்தது. அதனால் குழந்தைகள் அளக்கப்பட்டார்கள். கோடு வரை வளர்ந்துவிட்ட குழந்தைகளுக்குக் கட்டணம் செலுத்தியாக வேண்டும். ஸெர்யோஷா கோட்டுக்கு அடியில் கால் விரல்களை ஊன்றிக் கொஞ்சம்போல எம்பி நின்றான்.

"கட்டணம் செலுத்துங்கள்" என்றாள் கண்டக்டர்.

ஸெர்யோஷா பக்கத்துப் பையனை வெற்றிக் குறியுடன் நோக்கினான்: "எனக்கு டிக்கெட் வாங்குகிறார்கள், உனக்கு வாங்கவில்லையே, கெக்கே!" என்று மனதுக்குள் அவனிடம் சொன்னான். ஆனாலும் முடிவான வெற்றி பக்கத்துப் பையனுக்குத்தான் கிடைத்தது, ஏனென்றால் ஸெர்யோஷாவும் பாஷா அத்தையும் இறங்க வேண்டிய இடம் வந்த பிறகும் அவன் பஸ்ஸிலேயே உட்கார்ந்திருந்தான்.

அவர்கள் இறங்கிய இடத்துக்கு நேராக வெண்ணிறக் கல் வாயில்கள் இருந்தன. வாயில்களின் பின்னே நீண்ட வெள்ளைக் கட்டிடங்கள் இருந்தன. இளம் மரக்கன்றுகள் நடப்பட்டிருந்தன. அவற்றின் அடி மரங்களுக்கும் வெள்ளை அடிக்கப்பட்டிருந்தது. நீல மேலங்கி அணிந்த மனிதர்கள் நடந்துகொண்டோ பெஞ்சிகள் மேல் உட்கார்ந்து கொண்டோ இருந்தார்கள்.

"நாம் எங்கே வந்திருக்கிறோம்?" என்று கேட்டான் ஸெர்யோஷா.

"ஆஸ்பத்திரிக்கு" என்றாள் பாஷா அத்தை.

கடைசிக் கட்டிடத்துக்கு வந்து மூலை திரும்பினார்கள். அப்போது கொரஸ்தெல்யோவ், அம்மா, லுக்யானிச், நாஸ்த்யா பாட்டி நால்வரையும் ஸெர்யோஷா கண்ணுற்றான். எல்லோரும் அகலமான திறந்த கதவுக்கு அருகே நின்று கொண்டிருந்தார்கள். இன்னும் மூன்று வேற்றுக் கிழவிகள் தலைக்குட்டைகள் அணிந்து நின்றிருந்தார்கள்.

"நாங்கள் பஸ்ஸிலே வந்தோம்!" என்றான் ஸெர்யோஷா.

ஒருவரும் பதில் பேசவில்லை. பாஷா அத்தை "ஷ்ஷ்" என்று சைகை செய்தாள். பேசுவது எதனாலோ கூடாது என அவன் புரிந்துகொண்டான். அவர்கள் தங்களுக்குள் பேசிக்கொண்டார்கள், ஆனால் தணிந்த குரலில்.

"நீங்கள் இவனை எதற்காக அழைத்து வந்தீர்கள், புரியவில்லையே எனக்கு?" என்று அம்மா பாஷா அத்தையைக் கேட்டாள்.

கொரஸ்தெல்யோவ் தொங்கும் கையில் தொப்பியைப் பிடித்தவாறு நின்று கொண்டிருந்தான். அவன் முகம் பணிவையும் சிந்தனையையும் தோற்றுவித்தது. ஸெர்யோஷா கதவுக்கு அப்பால் பார்வையைச் செலுத்தினான். அங்கே படிகள் நிலவறைக்குச் சென்றன. நிலவறை அரையிருளிலிருந்து ஈரக் குளிர் வீசிற்று... எல்லோரும் மெதுவாக நகர்ந்து படிகளில் இறங்கலாயினர். ஸெர்யோஷாவும் அவர்கள் பின்னே போனான்.

பகல் வெளிச்சத்திலிருந்து வந்தவுடன் ஆரம்பத்தில் நிலவறையில் இருட்டாயிருப்பது போலத் தோன்றிற்று. சுவரோரமாக அகன்ற பெஞ்சியையும் வெண்மையான விட்டத்தையும் குழிகள் விழுந்த சிமெண்டுத் தரையையும் பிறகு ஸெர்யோஷா கண்டான். நட்ட நடுவில் உயரமான இடத்தில் வைக்கப்பட்டிருந்தது சல்லாத்துணிக் குஞ்சம் வைத்த மரப்பேழை. குளிராயிருந்தது. மண் வாடையும் வேறு ஏதோ வாடையும் அடித்தது. நாஸ்த்யா பாட்டி அகல

அடி வைத்துச் சவப்பெட்டி அருகே போய் அதன் மேல் குனிந்தாள்.

"என்ன இது? கைகள் எப்படி வைக்கப்பட்டிருக்கின்றன? அட என் கடவுளே, விரைப்பாக நீட்டி!" என்று தணிந்த குரலில் சொன்னாள் பாஷா அத்தை.

நாஸ்த்யா பாட்டி முதுகை நிமிர்த்தி, "அவருக்கு மத நம்பிக்கை கிடையாது?" என்று கூறினாள்.

"இருந்தாலுந்தான் என்ன? அவள் படை வீரன் அல்லவே, ஆண்டவன் முன்னால் இந்த நிலையில் போவதற்கு!" என்று சொல்லிவிட்டுப் பாஷா அத்தை கிழவிகளைப் பார்த்து, "நீங்கள் எப்படிக் கவனிக்காமல் இருந்தீர்கள்?" எனக் கேட்டாள்.

கிழவிகள் பெருமூச்சு விட்டார்கள். ஸெர்யோஷாவுக்குத் தரையிலிருந்தபடி எதுவும் தென்படவில்லை. அவன் பெஞ்சி மேல் ஏறிக் கழுத்தை நீட்டிச் சவப்பெட்டிக்கு உள்ளே பார்த்தான்.

பேழையில் கொள்ளுப்பாட்டி இருப்பாள் என்று அவன் எண்ணியிருந்தான். அங்கேயோ, எதுவோ இனந்தெரியாத ஒன்று கிடந்தது. அது கொள்ளுப்பாட்டியைப் போல இருந்தது: அதே மாதிரி உட்குழிந்த வாய், மேலே துருத்திய எலும்புந்தோலுமான மோவாய். இருந்தாலும் இது கொள்ளுப்பாட்டி அல்ல. இது இன்னதென்று தெரியாத ஒன்று. மனிதனுடைய விழிகள் இப்படி மூடியிருப்பதில்லை. மனிதன் தூங்கும்போது கூட அவனுடைய கண்கள் வேறுவிதமாக மூடியிருக்கும்.

இது மிகமிக நீளமாக இருந்தது. கொள்ளுப் பாட்டியோ, குட்டையாக இருந்தாள். குளிரும் இருளும் நிசப்தமும் இதை அடர்த்தியாகச் சூழ்ந்திருந்தன. பேழையின் அருகே நின்றவர்கள் இந்த நிசப்தத்தில் அச்சத்துடன் கிசுகிசுத்தார்கள். ஸெர்யோஷாவுக்குத் திகில் உண்டாயிற்று. ஆனால் இது திடீரென்று உயிர் பெற்று விட்டால் இன்னும் பயங்கரமாக இருக்கும். இது மட்டும், உதாரணமாக "ஹ்ர்ர்..." என்று சீறிற்றானால். இந்த எண்ணம் வந்ததுமே ஸெர்யோஷா வீரிட்டான்.

அவன் வீரிட்டான். அந்தக் கத்தலைக் கேட்டு விட்டுத்தான் போலும் மேலிருந்து, வெயிலிலிருந்து, அருகாமையில் குதூகலமாகப் பதில் குரல் கொடுத்தது காதைத் துளைக்கும் உயிர்ப்பு ஒலி, மோட்டார் ஹார்னின் ஒலி... அம்மா ஸெர்யோஷாவை எடுத்துக்கொண்டு நிலவறையிலிருந்து வெளியேறினாள். கதவு அருகே சாய்ந்த மேல் தட்டுடன் நின்று கொண்டிருந்தது ஒரு லாரி. மாமாக்கள் குறுநடை நடந்தபடி புகை குடித்துக் கொண்டிருந்தார்கள். லாரியின் முன் அறையில் உட்கார்ந்திருந்தாள் தோஸ்யா அத்தை, கொரஸ்தெல்யோவின் சாமான்களைக் கொண்டு வந்தாளே, அந்தக் காரோட்டி மாது. அவள் "யாஸ்னிய் பேரிக்" அரசாங்கப் பண்ணையில் வேலை செய்தாள். சில வேளைகளில் கொரஸ்தெல்யோவை அழைத்துப் போவதற்காக அவள் வருவதுண்டு. அம்மா ஸெர்யோஷாவை அவள் பக்கத்தில் உட்கார்த்திவிட்டு, "இங்கே உட்கார்ந்திரு!" என்று சொல்லி அறைக் கதவைச் சாத்தினாள்.

"கொள்ளுப்பாட்டியை வழியனுப்ப வந்தாயா? அவள்மேலே உனக்கு என்ன, பிரியமா?" என்று கேட்டாள் தோஸ்யா அத்தை.

"இல்லை, பிரியமில்லை" என்று ஒளிக்காமல் பதிலளித்தான் ஸெர்யோஷா.

"அப்படியானால் எதற்காக வந்தாய்? அவள் மேல் உனக்குப் பிரியம் இல்லை என்றால் இதைப் பார்க்க வேண்டாமே" என்றாள் தோஸ்யா அத்தை.

வெளிச்சமும் குரல்களும் திகிலைப் போக்கி விட்டன. ஆனால் அனுபவித்த உணர்ச்சிகளிலிருந்து உடனே விடுபட ஸெர்யோஷாவால் முடியவில்லை. அவன் நிம்மதி இன்றி அலை பாய்ந்தான், சுற்றுமுற்றும் பார்த்தான், சிந்தித்தான். பின்பு, "ஆண்டவன் முன்னால் போவது என்றால் என்ன அர்த்தம்?" என்று கேட்டான்.

தோஸ்யா அத்தை சிரித்துக்கொண்டாள்.

"அது சும்மா ஒரு பேச்சுக்குச் சொல்லுவார்கள்."

"எதற்காகச் சொல்லுவார்கள்?"

"பழங்காலத்து ஆட்கள் அப்படிச் சொல்லுவார்கள். நீ காதில் போட்டுக்கொள்ளாதே. இது முட்டாள்தனம்."

கொஞ்ச நேரம் பேசாமல் உட்கார்ந்திருந்தார்கள். தோஸ்யா அத்தை பசிய விழிகளைச் சுருக்கிக்கொண்டு விடுகதை போல, "எல்லோருந்தாம் அங்கே போவோம்" என்றாள்.

"அங்கே என்றால் எங்கே?" என்று சிந்தனை செய்தான் ஸெர்யோஷா, ஆனால் இந்த விஷயத்தைத் தெளிவுபடுத்திக் கொள்ள அவனுக்கு விருப்பம் இல்லை. அவன் வினவவில்லை. நிலவறையிலிருந்து சவப்பெட்டி எடுத்து வரப்படுவதைக் கண்டு அவன் முகத்தைத் திருப்பிக் கொண்டான். சவப்பெட்டி மூடப்பட்டிருந்தது அப்பாடா வென்றிருந்தது. ஆனால் அது லாரியில் வைக்கப்பட்டது மனதுக்குக் கொஞ்சமும் பிடிக்கவில்லை.

இடுகாட்டில் சவப்பெட்டியை எடுத்து அப்பால் கொண்டு போனார்கள். ஸெர்யோஷாவும் தோஸ்யா அத்தையும் காரோட்டி அறையிலிருந்து இறங்கவில்லை. கதவைச் சாத்திக் கொண்டு உட்கார்ந்திருந்தார்கள். சிலுவைகளும் சிவப்பு நட்சத்திரங்கள் பொருத்திய மரக் கூம்புகளும் நாற்புறமும் காணப்பட்டன. வறட்சியினால் வெடிப்புக் கண்ட பக்கத்து மேட்டின்மேல் செவ்வெறும்புகள் ஊர்ந்தன. மற்ற மேடுகள் மீது நெடுங்களைகள் வளர்ந்திருந்தன... "எல்லோரும் அங்கே போவோம் என்று அவள் சொன்னது இடுகாட்டைப் பற்றியா?" என எண்ணமிட்டான் ஸெர்யோஷா, போனவர்கள் சவப்பெட்டி இல்லாமல் திரும்பி வந்தார்கள். லாரி புறப்பட்டது.

"அவள் மேலே மண் தூவினார்களா?" என்று கேட்டான் ஸெர்யோஷா.

"மண் தூவினார்கள், கண்ணே, தூவினார்கள்" என்று விடை அளித்தாள் தோஸ்யா அத்தை.

பாஷா அத்தை கிழவிகளுடன் இடுகாட்டில் தங்கிவிட்டாள் என்பது வீடு திரும்பியதும் தெரிய வந்தது.

"பாஷாவுக்கு அவள் தயாரித்ததை எப்படியாவது வினியோகித்தாக வேண்டுமே. சமைத்தாள், பாடுபட்டாள் அல்லவா?" என்றான் லுக் யானிச்.

நாஸ்த்யா பாட்டி தலைக்குட்டையை அவிழ்த்துக் கூந்தலைச் சரிப்படுத்திக் கொண்டு, "அவர்களோடு சண்டை பிடிப்பதா என்ன? பண்ணட்டும் சடங்கு, அது இல்லாமல் அவர்களுக்கு முடியாது என்றால்" என்று கூறினாள்.

அவர்கள் மறுபடியும் இரைந்து பேசினார்கள், புன்னகை கூடச் செய்தார்கள்.

"நமது பாஷா அத்தைக்கு லட்சோபலட்சம் மூட நம்பிக்கைகள்" என்றாள் அம்மா.

எல்லோரும் சாப்பிட உட்கார்ந்தார்கள். ஸெர்யோஷாவால் முடியவில்லை. சாப்பாடு அவனுக்கு அருவருத்தது. ஒன்றும் பேசாமல் பெரியவர்களின் முகங்களை உற்று நோக்கினான். நினைவுபடுத்திக் கொள்ளாதிருக்க முயன்றான். ஆனால் நெடிய, குளிராலும் மண் வாடையாலும் பயங்கரமாயிருந்த அது நினைவுக்கு வந்த வண்ணமாயிருந்தது.

"எல்லோருந்தாம் அங்கே போவோம் என்று அவள் எதற்காகச் சொன்னாள்?" என வினவினான்.

பெரியவர்கள் பேச்சை நிறுத்திவிட்டு அவன் பக்கம் திரும்பினார்கள்.

"யார் சொன்னார்கள் உன்னிடம்?" என்று கேட்டான் கொரஸ்தெல்யோவ்.

"தோஸ்யா அத்தை."

"தோஸ்யா அத்தை பேச்சைக் காதில் போட்டுக் கொள்ளாதே. எல்லார் பேச்சையும் கேட்பதற்கு உனக்கு ஆசை" என்று சொன்னான் கொரஸ்தெல்யோவ்.

"நாம் எல்லோருமே செத்துப்போவோமா என்ன?"

அவன் ஏதோ அடாத வார்த்தை சொல்லி விட்டது போல அவர்கள் குழப்பமடைந்தார்கள். அவனே அவர்களை நோக்கினான், பதிலை எதிர்பார்த்தான்.

"இல்லை. நாம் சாக மாட்டோம். தோஸ்யா அத்தை இஷ்டம் போலச் செய்துகொள்ளட்டும். நாம் சாகமாட்டோம்.

நீயுந்தான் சாகவே மாட்டாய். உறுதியாகக் கூறுகிறேன்” என்று பதில் சொன்னான் கொரஸ்தெல்யோவ்.

“ஒரு போதுமே சாக மாட்டேனா?” என வினவினான் ஸெர்யோஷா.

‘‘ஒரு போதுமே!’’ என்று உறுதியுடனும் ஆழ்ந்த கம்பீரத்துடனும் உத்தரவாதம் செய்தான் கொரஸ்தெல்யோவ்.

அக்கணமே ஸெர்யோஷாவுக்கு நிம்மதியும் குதூகலமும் ஏற்பட்டன. களிப்பினல் அவன் முகம் சிவப்பேறியது - கொவ்வையாய்ச் சிவந்து விட்டது. அவன் நகைக்கலானான். திடீரென அவனுக்கு அடக்கமுடியாத தாகம் எடுத்தது. எப்போதோ அவனுக்குத் தாகித்தது, அவன் அதை மறந்திருந்தான். நிறையத் தண்ணீர் குடித்தான், அந்த இன்பத்தில் முனகினான். கொரஸ்தெல்யோவ் சொன்னது உண்மை என்பதில் அவனுக்குத் துளிக்கூட சந்தேகம் இல்லை. சாகப் போகிறோம் என்று தெரிந்து கொண்டு அவன் வாழ்வது எப்படி, “நீ சாக மாட்டாய்!” என்று சொன்னவனை நம்பாதிருக்க அவனால் முடியுமா?

கொரஸ்தெல்யோவின் வல்லமை

தரையைத் தோண்டினார்கள், கம்பத்தை நாட்டினார்கள், கம்பியை இழுத்துக் கட்டினார்கள். கம்பி ஸெர்யோஷாவின் வீட்டு வெளிமுகப்பில் திரும்பிச் சுவருக்குள் சென்றது. சாப்பாட்டு அறையில் மேஜை மீது கைகாட்டி மரத்தின் பக்கத்தில் வைத்திருந்தது கறுப்புத் தொலைபேசி. தால்னயா வீதியில் இதுதான் முதலாவது, ஒரே ஒரு தொலைபேசி. இது கொரஸ்தெல்யோவுடையது. கொரஸ்தெல்யோவுக்காகத் தரை தோண்டப்பட்டது, கம்பம் நாட்டப்பட்டது, கம்பி இழுத்துக் கட்டப்பட்டது. மற்றவர்கள் எதனாலோ தொலைபேசி இல்லாமல் இருக்க முடியும், ஆனால் கொரஸ்தெல்யோவால் அது முடியாது.

தொலைபேசிக் குழாயை எடுத்தால் கண்ணுக்குத் தெரியாத ஒரு மாது “நிலையம்” என்று சொல்வது

கேட்கும். கொரஸ்தெல்யோவ் அதிகாரக் குரலில், "யாஸ்னிய் பேரிக்!" என்றோ "வட்டாரக் கட்சிக் கமிட்டி!" என்றோ, அல்லது, "ஜில்லாத் தலைநகரில் அரசாங்கப் பண்ணைகள் டிரஸ்டுடன் இணையுங்கள்!" என்றோ கூறுவான். நீண்ட காலை ஆட்டியவாறு உட்கார்ந்து, குழாய்க்குள் பேசுவான். அந்த நேரத்தில் யாரும் - அம்மா கூட அவன் கவனத்தைக் கலைக்கக் கூடாது.

சில சமயங்களில் தொலைபேசி வெள்ளி நொறுங்குவது போன்ற ஒலியுடன் கணகணவென்று நகைக்கும். ஸெர்யோஷா ஓடிப் போய், குழாயை எடுத்து, "ஹலோ, நான் கேட்டுக் கொண்டிருக்கிறேன்!" என்பான்.

குழாயில் வரும் குரல் கொரஸ்தெல்யோவை அழைக்கும்படி சொல்லும். எத்தனை பெயருக்குக் கொரஸ்தெல்யோவ் வேண்டியிருக்கிறான்! லுக்யானிச்சையும் அம்மாவையும் தொலைபேசியில் அழைப்பவர்கள் சிலர்தாம். ஸெர்யோஷாவையும் பாஷா அத்தையையுமோ, ஒருபோதும், ஒருவரும் தொலைபேசியில் அழைப்பதில்லை.

கொரஸ்தெல்யோவ் அதிகாலையில் "யாஸ்னிய் பேரிக்" அரசாங்கப் பண்ணைக்குப் புறப்பட்டுப் போய்விடுவான். சில நாட்களில் தோஸ்யா அத்தை அவனைப் பகல் சாப்பாட்டுக்கு வீட்டிற்குக் கொண்டுவிடுவாள். பெரும்பாலான நாட்களில் கொண்டுவிடுவதில்லை. அம்மா அரசாங்கப் பண்ணையில் தொலைபேசி மூலம் விசாரிப்பாள். கொரஸ்தெல்யோவ் விலங்குப் பண்ணையில் இருப்பதாகவும் திரும்பிவர நேரமாகும் என்றும் தகவல் கிடைக்கும்.

"யாஸ்னிய் பேரிக்" அரசாங்கப் பண்ணை ரொம்பப் பெரியது. ஒரு தடவை கொரஸ்தெல்யோவுடனும் தோஸ்யா அத்தையுடனும் மோட்டாரில் சுற்றிப்பார்க்கும் வரை பண்ணை அவ்வளவு பிரமாண்டமானது என்று ஸெர்யோஷா நினைக்கவே இல்லை. அவர்கள் மோட்டாரில் போனார்கள், போய்க்கொண்டே இருந்தார்கள். எல்லையற்ற பெரு வெளிகள் மோட்டாரை எதிர்கொண்டு இருபுறமும் பிரிந்து பரவின. விசாலமான கூதிர்காலப் புல்தரைகளும் அவற்றில் மிக மிக உயரமான போர்களுமாக பூமியின் மறுகோடி வரை சென்றிருந்தன. மறுகோடியில் அவை வெளிர்நீலப்

புகை படிந்தவை போலக் காணப்பட்டன. மஞ்சள் நிற அரிதாட்களும் கறுப்பு மகமல் போன்ற உழு நிலமும் காட்சி தந்தன. சிற்சில இடங்களில் உழு நிலத்திற்கு ஒரு போகாகச் சென்றிருந்தன பளிச்சிடும் பசிய வண்ண முளை வரிசைகள். முடிவற்ற பாதைகள் பழுப்பு நாடாக்கள் போல நேராகப் பெருகின, குறுக்கும் நெடுக்குமாகச் சென்றன. அவற்றின் வழியாக விரைந்தன லாரிகள், நான்கு முனைத் தொப்பி போன்ற தீனிப்புல் போர்கள் நிறைந்த பின்வண்டிகளை இழுத்துக்கொண்டு சென்றன டிராக்டர்கள்.

"இப்போது இது என்ன?" என்று கேட்பான் ஸெர்யோஷா.

"யாஸ்னிய் பேரிக்" என்று விடை கிடைக்கும்.

ஒன்றிலிருந்து ஒன்று வெகு தூரத்தில், விசாலமான வெளிகளில் தவறிவிட்டவை போல இருந்தன மூன்று விலங்குப் பண்ணைகள், கட்டிடங்களின் மூன்று கூட்டங்கள். ஒரு பண்ணையில் பச்சைத் தீவனச் சேமிப்புக் களஞ்சியத்தின் பருத்த கோபுரமும் மற்றொன்றில் இயந்திரங்களுக்கான கொட்டகையும் இருந்தன. செப்பனிடும் சாலையில் துரப் பணம் சீறிற்று, பற்றாசு விளக்கு ரீங்காரம் செய்தது. கருமான் பட்டடையின் கறுத்த ஆழத்தில் நெருப்புப்பொறிகள் பறந்தன, சம்மட்டி அடித்தது... நாலா பக்கங்களிலுமிருந்து ஆட்கள் வெளிவந்து கொரஸ்தெல்யோவுக்கு முகமன் கூறினார்கள். அவனோ, எல்லாவற்றையும் பார்வையிட்டான், விசாரித்தான், உத்தரவுகள் இட்டான், பின்பு மோட்டாரில் உட்கார்ந்து மேலே சென்றான். அவன் ஓயாமல் "யாஸ்னிய் பேரிக்" பண்ணைக்கு அவசரமாகப் போவது ஏன் என்பது ஸெர்யோஷாவுக்கு விளங்கிற்று: அவன் வந்து சொல்லாவிட்டால் என்ன செய்ய வேண்டும் என்பது அவர்களுக்கு எப்படித் தெரியும்?

பண்ணைகளில் மிக ஏராளமான பிராணிகள் இருந்தன: பன்றிகள், செம்மறியாடுகள், கோழிகள், தாராக்கள், எல்லாவற்றையும் விட அதிகமாகப் பசுக்கள். பருவநிலை கதகதப்பாக இருந்தவரை பசுக்கள் மேய்ச்சல் நிலத்தில் மந்தைகளாக வசித்தன. மழை வேளைகளில் அவை இரவைக் கழிப்பதற்காகப் போடப்பட்டிருந்த திறந்த கொட்டகைகள் இன்னும் மேய்ச்சல் நிலத்தில் இருந்தன. இப்பொழுது பசுக்கள் கால்நடைக் கொட்டில்களில் வரிசை வரிசையாக

அமைதியுடன் நின்றன. அவற்றின் கொம்புகளில் சங்கிலிகள் கட்டப்பட்டு மர விட்டத்துடன் இணைக்கப்பட்டிருந்தன. வால்களைச் சுற்றியாட்டியவாறு நீண்ட கவணையில் இருந்த தீவனத்தைத் தின்று கொண்டிருந்தன. அவை நடந்து கொண்டது என்னவோ மிக மரியாதையாயில்லை. ஓயாமல் அவற்றின் பின்னாலிருந்து சாணம் அப்புறப்படுத்தப்பட்டது. பசுக்கள் வெட்கமில்லாமல் நடந்துகொண்டதைக் காண ஸெர்யோஷாவுக்கு நாணமாயிருந்தது. கொரஸ்தெல்யோவின் கையைப் பிடித்துக் கொண்டு பசுக் கொட்டிலின் ஈர நடைபாதை வழியே பார்வையை நிமிர்த்தாமல் நடந்து சென்றான். கொரஸ்தெல்யோவ் பசுக்களின் மரியாதையற்ற நடத்தையைக் கவனிக்கவில்லை. அவற்றின் பல நிற முதுகுகளில் தட்டிக்கொடுத்தான், உத்தரவுகள் இட்டான்.

ஒரு பெண்பிள்ளை அவனோடு ஏதோ வாதாடினாள். கொரஸ்தெல்யோவ் வாதத்தை இடை முறித்து, "சரி, சரி. காரியத்தைப் பாருங்கள்" என்று சொல்லிவிட்டான்.

பெண் பிள்ளை பேச்சை நிறுத்திவிட்டு அவன் கட்டளைப்படி செய்ய முற்பட்டாள்.

அம்மா போலவே குஞ்சலம் வைத்த தொப்பி அணிந்திருந்த இன்னொரு பெண்பிள்ளையைப் பார்த்து, "இதற்கு யார் பொறுப்பாளி, முடிவில்? இந்த மாதிரி அபத்தத்துக்குக்கூட நான் பொறுப்பேற்க வேண்டுமா என்ன?" என்று கொரஸ்தெல்யோவ் இரைந்தான்.

அவள் மலங்க மலங்க விழித்துக்கொண்டு அவன் முன் நின்று, "இது எப்படி என் பார்வையில் படாமல் போய்விட்டது, இதை நான் எப்படி எண்ணாமல் இருந்துவிட்டேன் என்பது எனக்கே புரியவில்லை!" என்று மறுபடி மறுபடி சொன்னாள்.

அப்போது லுக்யானிச் எங்கிருந்தோ ஒரு காகிதமும் கையுமாக வந்து, கொரஸ்தெல்யோவ் கையில் ஊற்றுப் பேனாவைக் கொடுத்து, "கையெழுத்துப் போடுங்கள்" என்றான். கொரஸ்தெல்யோவ் இன்னும் இரைந்து முடிக்கவில்லை, எனவே, "நல்லது, அப்புறம்" என்று கூறினான்.

"அப்புறம் என்றால் என்ன அர்த்தம்? உங்கள் கையெழுத்து இல்லாவிட்டால் எனக்குப் பணம் தர மாட்டார்களே!

ஆட்களுக்குச் சம்பளம் கொடுக்க வேண்டுமே" என்றான் லுக்யானிச்.

அப்படியாக்கும் சேதி. கொரஸ்தெல்யோவ் கையெழுத்துப் போடாவிட்டால் இவர்களுக்குச் சம்பளமும் கிடைக்காது! ஸெர்யோஷாவும் கொரஸ்தெல்யோவும் தங்களுக்காகக் காத்திருந்த மோட்டாரை நோக்கிச் சாணக் குட்டங்களுக்கு இடையே நடந்து சென்றபோது ஒரு இளைஞன் அவர்களை வழிமறித்தான். சிறு ரப்பர் ஜோடுகளும் பளிச்சிடும் பொத்தான்கள் உள்ள தோல் கோட்டுமாகப் பகட்டாக உடை அணிந்திருந்தான் அவன்.

"த்மீத்ரிய் கொர்னேயெவிச், நான் இப்போது என்ன செய்வது? அவர்கள் எனக்குக் குடியிருக்க இடம் தர மாட்டோம் என்கிறார்களே, த்மீத்ரிய் கொர்னேயெவிச்!" என்றான்.

"உனக்காக அங்கே பங்களா தயாராக வைக்கப்பட்டிருக்கிறது என்று நினைத்தாயோ?" என்று வெடுக்கெனக் கேட்டான் கொரஸ்தெல்யோவ்.

"என் சொந்த வாழ்க்கை குலைந்து போய்விட்டது, த்மீத்ரிய் கொர்னேயெவிச், உத்தரவை ரத்து செய்யுங்கள்!" என்று கூறினான் இளைஞன்.

"முன்னாலேயே யோசித்திருக்க வேண்டும். தலையில் மூளை இருக்கிறதா இல்லையா? மூளையைக் கொண்டு சிந்தித்துப் பார்த்திருக்க வேண்டும்" என்று இன்னும் வெடுக்கென்று சொன்னான் கொரஸ்தெல்யோவ்.

"த்மீத்ரிய் கொர்னேயெவிச், மனிதன் மனிதனிடம் கேட்கும் முறையில் உங்களை வேண்டுகிறேன், தெரிகிறதா? எனக்கு அனுபவம் கிடையாது, த்மீத்ரிய் கொர்னேயெவிச், இந்தப் பரஸ்பர உறவுகளை நான் புரிந்து கொள்ளவில்லை" என்றான் இளைஞன்.

"வெளி வேலை செய்வதைப் புரிந்து கொண்டிருக்கிறாயா? பொறுப்பில் ஒப்படைக்கப்பட்ட வேலையை விட்டுவிட்டுத் தன் பாட்டைப் பார்ப்பதில் இருக்கிறதா அனுபவம்?" என்று இரைந்தான் கொரஸ்தெல்யோவ். அவன் முகம் கறுத்தது.

அப்பால் போகப் புறப்பட்டான்.

இளைஞன் விடுகிறவனாயில்லை.

"த்மீத்ரிய் கொர்னேயெவிச்! பரிவு காட்டுங்கள்! தவறைத் திருத்திக்கொள்ள வாய்ப்பளியுங்கள்! நான் தப்பை ஒப்புக்கொள்கிறேன். வேலைக்கு வர அனுமதியுங்கள், த்மீத்ரிய் கொர்னேயெவிச்!" என்று மன்றாடினான்.

"ஆனால் பார்த்துக்கொள்! இன்னும் ஒரு தரம் இப்படிச் செய்தாயோ!..." என்று அச்சுறுத்தும் பார்வையுடன் திரும்பினான் கொரஸ்தெல்யோவ்.

"அவர்கள் எனக்கு எதற்கு, த்மீத்ரிய் கொர்னேயெவிச்! அவர்கள் விடுதியில் ஒரு கட்டில் மட்டும் தருவதாகச் சொல்லுகிறார்கள். அதுவும் பிற்பாடுதானாம்... நான் அவர்களைத் தூவென்று உதறிவிட்டு வந்துவிட்டேன், த்மீத்ரிய் கொர்னேயெவிச்!"

"கேடுகெட்ட தன்னலமி நீ, நாய்ப் பயலே, ஆணவம் பிடித்தவன்! கடைசித் தடவையாக, போய் வேலை செய், உன்னைச் சைத்தான் பிடித்து ஆட்ட!" என்றான் கொரஸ்தெல்யோவ்.

"உத்தரவு!" என்று சட்டெனப் பதில் சொல்லிவிட்டு இளைஞன் தலைக்குட்டை அணிந்து சற்று தூரத்தில் நின்றுகொண்டிருந்த யுவதியை நோக்கிக் கண் சிமிட்டிக் கொண்டே அப்பால் நகர்ந்தான்.

"உனக்காக அல்ல, தான்யாவுக்காகத்தான் உத்தரவை ரத்து செய்கிறேன்! அவளுக்கு நன்றி செலுத்து, உன்னைக் காதலித்ததற்காக!" என்று கத்திவிட்டுக் கொரஸ்தெல்யோவ் மேலே நடந்து கொண்டே தானும் யுவதியைப் பார்த்துக் கண் சிமிட்டினான். யுவதியும் இளைஞனும் கைகோத்துக் கொண்டு வெண் பற்களை இளித்தவாறு அவனை நோக்கினார்கள்...

அப்பேர்ப்பட்டவனாக்கும் கொரஸ்தெல்யோவ். அவன் இஷ்டப்பட்டால் இளைஞனுக்கும் யுவதிக்கும் நிலைமை மோசமாகியிருக்கும்.

அவன் இதை விரும்பவில்லை, ஏனென்றால் அவன் சர்வ வல்லமையுள்ளவன் மட்டும் அல்ல, நல்லவனுங்கூட. அவர்கள் மகிழ்ச்சி அடைந்து சிரிக்கும்படி அவன் செய்தான்.

தனக்கு இப்படிப்பட்ட கொரஸ்தெல்யோவ் இருப்பது பற்றி ஸெர்யோஷா எப்படிக் கர்வம் கொள்ளாமல் இருக்க முடியும்?

எப்போது கொரஸ்தெல்யோவ் எல்லோருக்கும் தலைமைப் பதவியில் அமர்த்தப்பட்டிருக்கிறானோ, அவன் எல்லோரையும்விட அறிவுள்ளவன், எல்லோரையும்விட நல்லவன் என்பது தெளிவு.

வானத்திலும் புவியிலும் ஏற்பட்ட நிகழ்ச்சிகள்

கோடைகாலத்தில் நட்சத்திரங்களைப் பார்க்க முடிவதில்லை. ஸெர்யோஷா எப்பொழுது விழித்துக் கொண்டாலும் சரி, எப்பொழுது படுத்துக் கொண்டாலும் சரி, வெளியே வெளிச்சமாயிருக்கும். மப்புப் போட்டு மழை தூற்றிக் கொண்டிருந்தாலுங்கூட வெளிச்சமாகத்தான் இருக்கும், ஏனென்றால் மேகங்களின் பின் சூரியன் இருக்கும். சூரியனைத் தவிர, கண்ணாடிச் சில்லுபோன்ற ஒளி புகும் மங்கிய துண்டைத் தெளிந்த வானில் சில வேளைகளில் காணலாம். அது தேவையற்ற பகல் நேரச் சந்திரன். சூரிய ஒளியில் அது மிதந்து கரையும், கரைந்து மறைந்துவிடும். அது கரைந்துவிட்டதும் விண்ணின் நீலப் பெருவெளியில் சூரியன் ஒன்று மட்டுமே ஆட்சி புரியும்.

குளிர்காலத்தில் பகல்கள் குறுகியவை. சீக்கிரம் இருட்டிவிடும். வெண்பனி படிந்த தோட்டங்களும் வெண்ணிறக் கூரைகளும் கொண்ட தால்னயா வீதியை இரவுச் சாப்பாட்டுக்கு வெகு நேரம் முன்பே விண்மீன்கள் சூழ்ந்துகொள்ளும். அவை ஆயிரக்கணக்கானவை, ஒரு வேளை கோடிக்கணக்காகக்கூட இருக்கும். பெரிய விண்மீன்கள் உண்டு, சிறியவையும்

உண்டு. மிக நுண்ணிய நட்சத்திர மணல் ஒளிரும் ஆகாச கங்கையில் தெளித்திருக்கும். பெரிய தாரகைகள் நீலமும் வெண்மையும் பொன்னிறமுமான விளக்குகள் போல ஒளி வீசும். ஸிரியஸ் நட்சத்திரத்தின் கதிர்கள் இமை மயிர்கள் போன்றவை. வானின் நடுவில் சிறியவையும் பெரியவையுமான நட்சத்திரங்களும் நட்சத்திர மணலும் பனிபோல் ஒளிரும் அடர்ந்த மூட்டமாக, விந்தையான கோணல் பட்டையாக ஒன்று குழம்பியிருக்கும். வீதியின் குறுக்கே இந்தப் பட்டை பாலம் போல அமைந்திருக்கும். இந்தப் பாலத்தின் பெயர் ஆகாச கங்கை,

முன்பெல்லாம் ஸெர்யோஷா விண்மீன்கள் மீது கவனம் செலுத்தவில்லை. அவற்றில் அவனுக்கு அக்கறை ஏற்பட வில்லை. அவற்றுக்குப் பெயர்கள் உண்டு என்று அவனுக்குத் தெரியாததுதான் இதன் காரணம். ஆனால் அம்மா அவனுக்கு ஆகாச கங்கையையும் ஸிரியஸ் நட்சத்திரத்தையும், ஸப்தரிஷி மண்டலத்தையும்* செவ்வாய் கிரகத்தையும் காட்டினாள். ஒவ்வொரு விண்மீனுக்கும், மணல் மணியைவிடப் பெரிதல்லாத நட்சத்திரத்துக்குக் கூடப் பெயர் உண்டு என்று அம்மா சொன்னாள். அவை தொலைவிலிருந்துதான் மணல் மணிகள் போலக் காணப்படுகின்றனவே தவிர, உண்மையில் பெரியவை என்று அம்மா கூறினாள். செவ்வாய் கிரகத்தில் ஒரு வேளை மனிதர்கள் வசிக்கலாம் என்றாள் அம்மா.

ஸெர்யோஷா எல்லாப் பெயர்களையும் தெரிந்து கொள்ள விரும்பினான். ஆனால் அம்மாவுக்கு நினைவில்லை. அவள் அறிந்திருந்தாள், ஆனால் மறந்து விட்டாள். பதிலாக அவள் சந்திரனில் மலைகளை அவனுக்குக் காட்டினாள்.

அனேகமாக ஒவ்வொரு நாளும் வெண்பனி பெய்தது. ஜனங்கள் பாதைகளிலிருந்து வெண்பனியைச் சுரண்டி அகற்றுவார்கள், திமிசு போடுவார்கள், நடந்து அடித் தடங்களைப் பதிப்பார்கள், ஆனாலும் வெண்பனி மறுபடி பெய்து உயரமான தூவித் திண்டுகள் போலக் குவிந்து விடும். வேலிக் கம்பங்கள் மேல் வெள்ளைத் தொப்பிகள் கவிந்திருக்கும். மரக்கிளைகள்மேல் தடித்த வெள்ளைக் கம்பளிப் பூச்சிகள் அப்பியிருக்கும். கிளைக் கவட்டுக்களில் உருண்டை வெண்பனித் திரள் படிந்திருக்கும்.

ஸெர்யோஷா வெண்பனியில் விளையாடுவான், வீடு கட்டுவான், சண்டை போடுவான், சறுக்கு வண்டியில் சறுக்கிச் செல்வான். விறகுக் கிட்டங்கியின் பின்னால் சூரியன் கொவ்வைச் சிவப்பாக மறையும். அந்தி மங்குல். சறுக்கு வண்டியைக் கயிற்றைப் பிடித்து இழுத்துக்கொண்டு ஸெர்யோஷா வீட்டுக்குப் போவான். நடுவில் நின்று, தலையை நிமிர்த்தி, அறிமுகமான விண்மீன்களை மகிழ்வுடன் நோக்குவான். பெருங்கரடி* வாலைத் துடுக்காகப் பரப்பிக் கொண்டு அனேகமாக வானத்தின் மையத்துக்கு வந்திருக்கும். செவ்வாய் சிவந்த விழியைச் சிமிட்டும்.

"இந்தச் செவ்வாய்கிரகம் பெரியதாக இருந்து அதில் ஒருவேளை மனிதர்கள் வசிக்கலாம் என்றால், ஒருவேளை என்னையே போன்ற பையன் இதே போன்ற சறுக்கு வண்டியுடன் அங்கே இப்போது நின்று கொண்டிருக்கலாம், ஒருவேளை அவன் பெயரும் ஸெர்யோஷாவாக இருக்கலாம்..." இந்த எண்ணம் ஸெர்யோஷாவை வியப்பில் ஆழ்த்தும். யாருடனாவது அதைப் பகிர்ந்து கொள்ள விருப்பம் உண்டாகும். ஆனால் எல்லோருடனும் பகிர்ந்துகொள்வது இயலாது. அனேகமாகப் புரிந்துகொள்வார்களோ மாட்டார்களோ, பெரும்பாலும் புரிந்து கொள்ள மாட்டார்கள். கேலி செய்வார்கள். இம்மாதிரி சந்தர்ப்பங்களில் கேலி ஸெர்யோஷாவுக்குத் தாங்க முடியாததாகவும் அவமானப்படுத்துவதாகவும் இருக்கும். அக்கம் பக்கம் ஒருவரும் இல்லாத வேளை பார்த்து அவன் கொரஸ்தெல்யோவிடம் தன் எண்ணத்தைச் சொன்னான். கொரஸ்தெல்யோவ் அவனைக் கேலி செய்வதில்லை. இந்தத் தடவையும் அவன் கேலி செய்யவில்லை. சற்றுச் சிந்தித்து விட்டு, "அதற்கென்ன, நடக்கக் கூடியதுதான்" என்றான்.

அப்புறம் எதற்காகவோ ஸெர்யோஷாவின் தோள்களைப் பற்றி அவனது விழிகளுக்குள் உன்னிப்பாகவும் சற்றுத் திகிலுடனும் நோக்கினான்.

...ஆசைதீர விளையாடிவிட்டு அந்திப்போதில் குளிரால் விரைத்துப்போய் வீடு திரும்புவான். அங்கே கணப்பு மூட்டப்பட்டு ஒரே கதகதப்பாக இருக்கும். மூக்கை உறிஞ் சியவாறு குளிர் காய்வான். பாஷா அத்தை அவனுடைய

---

* ஸப்தரிஷி மண்டலம் - (மொர்)

கால்சட்டையையும் நமுதா நீள் ஜோடுகளையும் உலர்வதற்காக அடுப்புப் பரண் மேல் பரப்பி வைப்பாள். பிறகு எல்லோருடனும் சமையலறையில் மேஜையருகே உட்கார்ந்து சூடான பால் குடிப்பான், பெரியவர்களுடைய வார்த்தையாடலைக் கேட்பான். இன்று கட்டிய பனிக்கட்டிக் கோட்டையை நண்பர்களுடன் நாளை எப்படி முற்றுகை இடுவது என்று எண்ணமிடுவான். ரொம்ப நல்ல பருவம் குளிர்காலம்.

குளிர்காலம் நல்ல பருவந்தான், ஆனால் அளவு கடந்து நீளமானது: உடைச் சுமையும் கூதலும் சலித்துப் போகும். அரைக்கால்சட்டையும் செருப்புக்களும் அணிந்து கொண்டு வீட்டிலிருந்து வெளியே ஓடவும் ஆற்றில் குளிக்கவும் புல்லில் புரளவும் தூண்டில் போட்டு மீன் பிடிக்கவும் ஆசையுண்டாகும். (தூண்டிலில் ஒரு மீன்கூட அகப்படா விட்டாலும் பரவாயில்லை. கூட்டமாக நண்பர்களுடன் குழுமுவதும், புழுக்களைத் தோண்டி எடுப்பதும், தூண்டிலும் கையுமாக உட்கார்ந்திருப்பதும், "ஷூரிக், உன் தூண்டிலில் இரையை மீன் கொத்துகிறது என்று நினைக்கிறேன்!" என்று கத்துவதும் குதூகலமாயிருக்கும்.)

அடத்தூ, மறுபடி பனிப்புயல். நேற்றோ பனி உருகி விட்டிருந்தது. பாழாய்ப் போகிற குளிர் காலம் ஒரேயடியாகச் சலித்துவிட்டது!

...ஜன்னல் கண்ணாடிகள் மேல் கோணலான நீர்த் துளிகள் வழிந்தோடுகின்றன. தெருவில் வெண்பனிக்குப் பதில் அடர்ந்த கருஞ்சேறு. அதன் மேல் நடைப் பலகைகள். வசந்த காலம்! சிற்றாறு பெருகத் தொடங்கிவிட்டது. பனிக்கட்டி மிதந்து செல்வதைப் பார்ப்பதற்காக ஸெர்யோஷா பையன்களோடு போனான். முதலில் பனிக்கட்டி பெரிய அழுக்குப் பாளங்களாக மிதந்து சென்றது. அப்புறம் ஏதோ பழுப்புநிறப் பனிக்கட்டிக் கூழ் சென்றது. பிறகு ஆறு கரைபுரண்டு பெருகிற்று. அக்கரையில் வில்லோ மரங்கள் இடுப்பு வரை நீரில் ஆழ்ந்தன. நீரும் வானமும் எல்லாம் நீலமாக இருந்தன. சாம்பல் நிற மேகங்கள் வானிலும் நீரிலும் மிதந்து சென்றன.

...எப்பொழுதுதான், எப்பொழுதுதான் - ஸெர்யோஷா பராக்குப் பார்த்துக் கொண்டிருந்து விட்டான் - தால்னயா

வீதிக்கு அப்பால் இவ்வளவு உயரமான, இவ்வளவு கடக்கமுடியாத கோதுமைப் பயிர் வளர்ந்துவிட்டது? ரை தானியப் பயிர் எப்பொழுது பூத்தது, எப்பொழுது பூவுதிர்த்தது, எப்பொழுது கதிர் பிடித்தது? தன் வாழ்வில் மும்முரமாயிருந்த ஸெர்யோஷா கவனிக்கவில்லை, ஆனால் அது முதிர்ந்துவிட்டது, பக்குவம் ஆகிக் கொண்டிருந்தது, பாதையோடு போகும் பொழுது தலைக்கு மேல் தளதளப்பாகச் சிலிர்த்தது. பறவைகள் முட்டைகளிட்டுக் குஞ்சுகள் பொரித்தன. புல்லறுப்பவர்கள் புல் வெளிகளுக்குப் போனார்கள் அக்கரையை அவ்வளவு பல நிறமுள்ளது ஆக்கிக்கொண்டிருந்த பூக்களை அறுத்து விடுவதற்காக. குழந்தைகளுக்குப் பள்ளிக்கூட விடுமுறை, கோடைகாலம் உச்சத்திலிருந்தது. வெண்பனியையும் விண்மீன்களையும் பற்றி எண்ணவே மறந்துவிட்டான் ஸெர்யோஷா...

கொரஸ்தெல்யோவ் அவனை அருகழைத்துத் தனது முழங்கால்களுக்கு இடையே நிறுத்திக் கொண்டான்.

"ஒரு பிரச்சினையைப் பற்றி ஆலோசனை செய்வோம் வா. நீ என்ன நினைக்கிறாய், இன்னும் யாரைக் கொண்டு வரலாம் - பையனையா பெண்ணையா?" என்று கேட்டான்.

"பையனை!" என்று உடனே பதிலளித்தான் ஸெர்யோஷா.

"விஷயம் இதுதான். இரண்டு பையன்கள் ஒரு பையனைவிடச் சந்தேகமில்லாமல் மேல்தான். ஆனால் வேறு விதமாகப் பார்த்தால் பையன் நமக்கு ஏற்கெனவே இருக்கிறான். ஆகையினால் ஒருவேளை இப்போது பெண்ணையே கொண்டு வருவோமா? ஊம்?"

"நல்லது, உன் இஷ்டம்" என்று விசேஷ விருப்பின்றி இசைந்தான் ஸெர்யோஷா, "பெண்ணையும் கொண்டு வரலாம். ஆனால் எனக்கு விளையாடுவதற்குப் பையன்தான் மேல்" என்றான்.

"அண்ணன் என்ற முறையில் நீ அவளைப் பாதுகாத்துப் பேணுவாய். சிறுவர்கள் அவள் பின்னலைப் பிடித்து இழுக்காதபடி பார்த்துக் கொள்வாய்."

"பெண்களுந்தாம் தலைமயிரைப் பிடித்து இழுக்கிறார்கள். அதிலும் எப்படித் தெரியுமா? பையன்கள் அலறும்படி

இழுக்கிறார்கள்'' என்றான் ஸெர்யோஷா, சமீபத்தில் தன் தலைமயிரை லீதா பிடித்து இழுத்ததை அவன் சொல்லியிருக்கலாம். ஆனால் புறங்கூறுவது அவனுக்குப் பிடிக்காது.

"நம்ம குழந்தை ரொம்பச் சின்னவளாக இருப்பாள். அவள் முடியைப் பிடித்து இழுக்க மாட்டாள்" என்று சொன்னான் கொரஸ்தெல்யோவ்.

"இல்லை, நான் சொல்வதைக் கேள். எதற்கும் பையனே இருக்கட்டும். பையன் மேல்" என்று சற்று ஆழ்ந்து யோசித்துவிட்டுக் கூறினான் ஸெர்யோஷா.

"அப்படியா நினைக்கிறாய்?"

"பையன்கள் நையாண்டி செய்வதில்லை. பெண்களுக்கோ, நையாண்டி பண்ண மட்டுமே தெரியும்."

"அப்படியா? ம்ம். இதைப் பற்றிச் சிந்தித்துப் பார்க்க வேண்டும். நீயும் நானும் இன்னும் கூடி ஆலோசிப்போம், சரிதானா?"

"சரி. கலந்து ஆலோசிப்போம்."

அம்மா புன்முறுவலுடன் கேட்டுக்கொண்டிருந்தாள். அவள் அங்கேயே உட்கார்ந்து தைத்துக் கொண்டிருந்தாள். மிக மிக அகலமான அங்கி தனக்காகத் தைத்துக் கொண்டிருந்தாள். இவ்வளவு அகலமான அங்கி எதற்காக என்று ஸெர்யோஷா அதிசயித்தான். அதோடுகூட அம்மா ரொம்பப் பருத்துப் போயிருந்தாள். இப்போது அவள் கையில் ஏதோ சின்னதாக இருந்தது. இந்தச் சின்ன உடைக்கு விளிம்பில் லேஸ் வைத்துத் தைத்துக் கொண்டிருந்தாள்.

"நீ என்ன தைக்கிறாய்?"என்று கேட்டான் ஸெர்யோஷா.

"குல்லா. பையனுக்கு, அல்லது பெண்ணுக்கு - யாரைக் கொண்டுவர நீங்கள் தீர்மானிக்கிறீர்களோ அதைப் பொறுத்து" என்றாள் அம்மா.

"அவன் தலை என்ன, இப்படியா இருக்கும்?" என்று பொம்மைக்குல்லா போன்ற அந்த வஸ்துவை மிகக் கவனமாக

நோக்கினான் ஸெர்யோஷா, (ஊம், சங்கதி தெரியுமா? இந்த மாதிரித் தலையில் மயிரை நன்றாகப் பிடித்து இழுத்தால் தலையையே பிய்த்துவிடலாம்!)

"ஆரம்பத்தில் இப்படி இருக்கும், அப்புறம் வளர்ந்துவிடும். நீதான் பார்க்கிறாயே விக்டர் எப்படி வளர்கிறான் என்று. நீயேதான் எப்படி வளர்கிறாய்! குழந்தையும் இதேபோல வளரும்" என விடையளித்தாள் அம்மா.

குல்லாயைத் தன் கையில் போட்டுப் பார்த்தாள். அவள் முகத்தில் திருப்தியும் தெளிவும் துலங்கின. கொரஸ்தெல்யோவ் அவளுடைய நெற்றியில், அவளது மென்மையான பளிச்சிடும் தலைமயிர் தொடங்கும் இடத்தில் ஜாக்கிரதையாக முத்தமிட்டான்.

பையன் அல்லது பெண்ணைக் கொண்டுவருவதற்கு அவர்கள் ஆழ்ந்த திட்டம் இட்டார்கள். கட்டிலும் மெத்தைப் போர்வையும் வாங்கினார்கள். பையனோ பெண்ணோ குளிக்கப் போவது ஸெர்யோஷாவின் குளி தொட்டியில். தொட்டியில் ஸெர்யோஷாவுக்கு இடம் போதவில்லை. அதில் உட்கார்ந்து கால்களை நீட்ட அவனால் வெகு காலமாகவே முடிவதில்லை. ஆனால் இந்த மாதிரிக் குல்லாயில் நுழையக்கூடிய தலை உள்ள நபருக்கு இந்தத் தொட்டி பொருத்தமாக இருக்கும்.

குழந்தைகள் எங்கிருந்து கொண்டுவரப்படுகின்றன என்பது தெரிந்ததுதான்; அவை ஆஸ்பத்திரியில் விலைக்கு வாங்கப் படுகின்றன. ஆஸ்பத்திரியில் குழந்தைகள் விற்கப்படுகின்றன. ஒருத்தி ஒரே சமயத்தில் இரண்டு குழந்தைகளை விலைக்கு வாங்கினாள். எதனாலோ அவள் முழுவதும் ஒரே மாதிரியான குழந்தைகளை வாங்கினாள். ஒரு குழந்தையின் கழுத்தில் மச்சம் இருக்கிறதாம், இன்னொன்றுக்கு மச்சம் கிடையாதாம். இந்த மச்சத்தைக் கொண்டுதான் அவள் குழந்தைகளை அடையாளம் கண்டுகொள்கிறாளாம். ஒரே மாதிரிக் குழந்தைகள் அவளுக்கு எதற்கோ தெரியவில்லை. வெவ்வேறு விதமான குழந்தைகளை வாங்கியிருக்கலாமே.

கொரஸ்தெல்யோவும் அம்மாவும் மும்முரமாக ஆரம்பித்த காரியத்தை எதனாலோ இழுத்தடிக்கிறார்கள். கட்டில்

தயாராயிருக்கிறது, ஆனால் பையனையோ பெண்ணையோ காணோம்.

"நீ ஏன் ஒருவரையும் வாங்காமலிருக்கிறாய்?" என்று ஸெர்யோஷா தாயாரிடம் கேட்டான்.

அம்மா சிரித்தாள். அடேயப்பா, அவள்தான் எவ்வளவு பருத்துவிட்டாள்!

"இப்போது விற்பனைக்குக் குழந்தைகள் இல்லையாம். சீக்கிரம் கிடைக்கும் என்று சொல்லியிருக்கிருர்கள்."

இது நடக்கிறதுதான். நமக்கு ஏதாவது வேண்டியிருக்கும். அது கடையில் அப்போது இருக்காது. அதனால் என்ன, காத்திருக்கலாம். ஸெர்யோஷாவுக்கு அப்படி ஒன்றும் தலை போகிற அவசரமில்லை.

சின்னக் குழந்தைகள் மெதுவாகத்தான் வளருகின்றன, அம்மா என்ன வேண்டுமானாலும் சொல்லட்டும். விக்டரின் உதாரணத்திலேயே பார்க்கலாம். விக்டர் எவ்வளவோ காலமாக உலகத்தில் வாழ்கிறான், ஆனால் அவனுக்கு முழுதாக ஒன்றரை வயதுதான் ஆகிறது. பெரிய குழந்தைகளோடு விளையாடும் நிலைமைக்கு அவன் இன்னும் எப்போது வருவானோ. புதிய பையன் அல்லது பெண் ஸெர்யோஷாவோடு விளையாடக் கூடிய நிலைமைக்கு வருவது மிக மிகத் தொலைவிலுள்ள வருங்காலத்தில்தான். ஆகவே அதைப்பற்றி ஊகம் செய்வது வீண். அந்தக் காலம்வரை அவனை அல்லது அவளைப் பேணிக்காக்க வேண்டியிருக்கும். இது உயர் பண்பு உள்ள காரியம். உயர் பண்பு உள்ளது என்பது ஸெர்யோஷாவுக்குப் புரிகிறது. ஆனால் கொரஸ்தெல்யோவ் எண்ணுவது போலக் கவர்ச்சியானது அல்லவே அல்ல. விக்டரை வளர்ப்பது லீதாவுக்குக் கஷ்டமாகத்தான் இருக்கிறது. அவனைச் சுமப்பதும், அவனுக்கு வேடிக்கை காட்டுவதும் அவனைக் கண்டிப்பதும் லேசல்ல. செய்து பார்த்தால் தெரியும். சமீபத்தில் தகப்பனாரும் தாயாரும் கலியாண விருந்துக்குப் போனார்கள், லீதாவோ வீட்டில் உட்கார்ந்து அழுது கொண்டிருந்தாள். விக்டர் இல்லாதிருந்தால் அவளையும் கலியாண விருந்துக்கு அழைத்துப் போயிருப்பார்கள்.

அவனால்தான் அவள் சிறையில் அடைபட்டிருப்பது போல வாழ வேண்டியிருக்கிறதாம், லீதா சொன்னாள்.

சரி, போனால் போகிறது: கொரஸ்தெல்யோவுக்கும் அம்மாவுக்கும் ஒத்தாசை பண்ண ஸெர்யோஷா இசைகிறான். அவர்கள் நிம்மதியாக வேலைக்குப் போகட்டும். பாஷா அத்தை சமையல் காரியத்தைக் கவனித்துக் கொள்ளட்டும். பொம்மைத் தலையுள்ள நிர்க்கதியான ஜீவனை ஸெர்யோஷா - அப்படியே ஆகட்டும் - பார்த்துக் கொள்வான். பார்த்துக்கொள்பவர்கள் இல்லாவிட்டால் இந்த ஜீவன் தொலைந்து போய்விடும். அதற்குக் கஞ்சி ஊட்ட வேண்டும், அதைத் தூங்கப் பண்ண வேண்டும். லீதாவும் ஸெர்யோஷாவும் ஒருவர் வீட்டுக்கு ஒருவர் குழந்தைகளை எடுத்துக் கொண்டு போவார்கள். இரண்டு பேராகப் பார்த்துக் கொள்வது சுலபம். குழந்தைகள் தூங்கிக் கொண்டிருக்கும்போது கொஞ்சம் விளையாடக்கூட முடியும்.

ஒரு நாள் காலையில் அவன் எழுந்திருந்ததும், அம்மா குழந்தை வாங்குவதற்காக ஆஸ்பத்திரிக்குப் போயிருக்கிறாள் என்று தகவல் கொடுத்தார்கள்.

எவ்வளவுதான் தயாராயிருந்தான் என்றாலும் அவன் நெஞ்சு படபடத்தது. என்ன ஆனாலும் பெரிய நிகழ்ச்சி அல்லவா!...

அம்மா திரும்புவதை மணிக்கு மணி எதிர்பார்த்துக் கொண்டிருந்தான். வேலிக் கதவுக்கு வெளியே நின்று, இதோ அவள் பையனையோ பெண்ணையோ எடுத்துக் கொண்டு திருப்பத்தில் தென்படுவாள், தான் பாய்ந்து ஓடி அவளை எதிர் கொள்ளலாம் என்று காத்திருந்தான். பாஷா அத்தை அவனைக் கூப்பிட்டாள்.

"கொரஸ்தெல்யோவ் உன்னைத் தொலைபேசியில் அழைக்கிறான்" என்றாள்.

ஸெர்யோஷா வீட்டுக்குள் ஓடிச் சிறு மேஜை மேல் இருந்த தொலைபேசிக் குழாயை எடுத்துக் கொண்டான்.

"ஹலோ, நான் கேட்டுக் கொண்டிருக்கிறேன்!" என்று கத்தினான். கொரஸ்தெல்யோவின் குரல் சிரிப்பும் மகிழ்ச்சியும் பொங்கக் கூறியது:

“ஸெர்யோஷாக் கண்ணூ! உனக்குத் தம்பி கிடைத்திருக்கிறான்! கேட்டாயா? தம்பி! நீலக் கண்ணன்! நாலு கிலோ எடை இருக்கிறான். அருமை, இல்லையா? உனக்குத் திருப்திதானே?”

“ஆமாம்! ... ஆமாம்!...” என்று குழப்பத்துடன் திக்கித் திக்கிக் கத்தினான் ஸெர்யோஷா. குழாய் மௌனமாகிவிட்டது. பாஷா அத்தை முன்தாங்கியால் கண்களைத் துடைத்துக்கொண்டு, “நீலக் கண்ணன் அப்பனைக் கொண்டிருக்கிறான் என்று தெரிகிறது. நல்லது, ஆண்டவனே போற்றி உனக்கு! சுப வேளையில்!” என்றாள்.

“அவர்கள் சீக்கிரம் வந்துவிடுவார்களா?” என்று கேட்டான் ஸெர்யோஷா. சீக்கிரம் வர மாட்டார்கள், ஒரு ஏழு அல்லது இன்னும் அதிக நாட்கள் பொறுத்தே வருவார்கள், ஏனென்றால் குழந்தை அம்மாவிடம் பழக வேண்டும், ஆஸ்பத்திரியில் அவனை அவளுக்குப் பழக்கப்படுத்துவார்கள் என்று அறிந்து அவனுக்கு வியப்பும் வருத்தமும் உண்டாயின.

கொரஸ்தெல்யோவ் நாள்தோறும் ஆஸ்பத்திரிக்குப் போய் வந்தான். அம்மாவிடம் போக அவனை ஆஸ்பத்திரிக்காரர்கள் விடவில்லை, ஆனால் அம்மா அவனுக்குச் சீட்டுக்கள் எழுதி அனுப்பினாள். நமது குழந்தை ரொம்ப அழகன். அசாதாரணப் புத்திசாலி. அவள் அவனுக்கு அலெக்ஸேய் என்று பெயரிட்டுவிட்டாள். லியோன்யா என்று கூப்பிடுவோம். ஆஸ்பத்திரியில் அவளுக்கு ஏக்கமாகவும் சலிப்பாகவும் இருக்கிறது. வீட்டுக்குப் போகத் துடிக்கிறாள். எல்லோரையும், சிறப்பாக ஸெர்யோஷாவைத் தழுவி முத்தமிடுகிறாள்.

...ஏழு அல்லது அதற்கும் அதிகமான நாட்கள் கழிந்தன. கொரஸ்தெல்யோவ் வீட்டிலிருந்து வெளியே செல்லும்போது, “எனக்காகக் காத்திரு. இன்றைக்கு அம்மாவையும் லியோன்யாவையும் அழைத்துவரப் போவோம்” என்று ஸெர்யோஷாவிடம் சொன்னான்.

ஜீப்பில் தோஸ்யா அத்தையுடன் பூச்செண்டு எடுத்துக் கொண்டு திரும்பினான். கொள்ளுப்பாட்டி இறந்துபோன அதே ஆஸ்பத்திரிக்குப் போனார்கள். வாயிலை அடுத்த முதல் கட்டிடத்தை நெருங்கினார்கள். அதற்குள் அம்மா அவர்களைக் கூவி அழைத்தாள்:

“த்மீத்ரிய்! ஸெர்யோஷா!”

திறந்த ஜன்னல் வழியாக நோக்கிக் கையை வீசி ஆட்டினாள். “அம்மா!” என்று கத்தினான் ஸெர்யோஷா. அவள் இன்னொரு தரம் கையை ஆட்டிவிட்டு ஜன்னலிலிருந்து அப்பால் நகர்ந்தாள். அவள் இதோ வெளியே வருவாள் என்று கொரஸ்தெல்யோவ் சொன்னான். ஆனால் அவள் சீக்கிரம் வெளியே வரவில்லை. அவர்கள் பாதையில் உலாவினர்கள், வில் கம்பி வைத்த, கீச்சிடும் கதவுக்கு உள்ளே எட்டிப் பார்த்தார்கள், அனேகமாக நிழல் அற்ற, கண்ணாடித் தளிர்கள் அடர்ந்த இள மரக்கன்றின் அடியில் பெஞ்சில் உட்கார்ந்தார்கள். கொரஸ்தெல்யோவ் பதற்றம் அடையலானான். இவள் வருவதற்குள் பூக்கள் வாடிப் போய்விடும் என்றான். தோஸ்யா அத்தை மோட்டாரை வாயிலுக்கு வெளியே நிறுத்திவிட்டு வந்து அவர்களோடு சேர்ந்துகொண்டாள். எப்போதுமே இப்படித்தான் நீண்ட நேரம் ஆகும் என்று அவள் கொரஸ்தெல்யோவுக்குச் சமாதானம் கூறினாள்.

கடைசியில் கதவு கீச்சிட்டது. அம்மா நீலப் பொட்டலம் ஒன்றைக் கையில் எடுத்துக் கொண்டு வெளியே வந்தாள். அவர்கள் அவளை நோக்கிப் பாய்ந்தார்கள்.

“ஜாக்கிரதை! ஜாக்கிரதை” என்றாள் அம்மா.

கொரஸ்தெல்யோவ் அவளுக்குப் பூச்செண்டைக் கொடுத்துவிட்டுப் பொட்டலத்தைத் தான் வாங்கிக் கொண்டான். லேஸ் வைத்த ஓரத்தைத் திறந்து ஸெர்யோஷாவுக்குச் சின்னஞ்சிறிய, கருஞ்சிவப்பான முகத்தைக் காட்டினான். முக்கியமான விஷயம் என்னவென்றால் அதன் விழிகள் மூடியிருந்தன. லியோன்யா, தம்பி... ஒரு கண் சற்று திறந்தது, மங்கிய நீல நிறமான ஒன்று இடுக்கு வழியே தெரிந்தது, சிண்டாணி முகம் நெளிந்தது, கொரஸ்தெல்யோவ் குழைவாக, “அடப் பயலே!” என்று கொஞ்சி, அவனை முத்தமிட்டான்.

“என்ன செய்கிறாய் த்மீத்ரிய்” என்று கடுமையாகக் கூறினாள் அம்மா.

“கூடாதா என்ன?” என்று கேட்டான் கொரஸ்தெல்யோவ்.

"குழந்தை எந்தத் தொற்றுக்கும் உள்ளாகக் கூடுமே. இங்கே சல்லாத் துணியால் முகமூடி அணிந்துகொண்டுதான் குழந்தையை நெருங்குவார்கள். உன்னை ரொம்பக் கேட்டுக்கொள்கிறேன், த்மீத்ரிய்" என்றாள் அம்மா.

"இனிமேல் செய்ய மாட்டேன், செய்யமாட்டேன்!" என்று உறுதி கூறினான் கொரஸ்தெல்யோவ்.

வீட்டில் லியோன்யாவை அம்மாவின் கட்டிலில் கிடத்தி, போர்வையை அவிழ்த்துப் பிரித்தார்கள். அப்போது ஸெர்யோஷா அவனை முழுமையாகப் பார்த்தான். அவன் அழகன் என்று எதை வைத்துக்கொண்டு அம்மா நினைத்தாளோ? அவன் வயிறு உப்பியிருந்தது. கைகளும் கால்களும் நம்பமுடியாதபடி, மனிதனுடையவையே அல்ல போல மெலிந்து குச்சிகள் போலிருந்தன, ஒரு அர்த்தமும் இல்லாமல் அசைந்தன. கழுத்து இல்லவே இல்லை. அவன் புத்திசாலி என்று எதைக் கொண்டும் ஊகிக்க முடியவில்லை. பற்களற்ற ஈறுகள் கொண்ட பொக்கை வாயைத் திறந்து விந்தையான முறையிடும் கத்தல் கத்தத் தொடங்கினான். பலவீனமான, நச்சரிக்கிற விதத்தில் ஒரே மாதிரியாக, களைக்காமல் கத்தினான்.

"என் சின்னாணிக் கண்ணே! - பசித்துவிட்டதா என் கண்ணுக்கு! சாப்பாட்டு நேரம் வந்து விட்டதா! என் குழந்தைக்குப் பசிக்கிறதா! இதோ வந்துவிட்டேன், இதோ!" என்று தேறுதல் சொன்னாள் அம்மா.

அவள் உரக்கப் பேசினாள், வேகமாக இயங்கினாள், பருமனாகவே இல்லை - ஆஸ்பத்திரியில் இளைத்துப் போய்விட்டாள். கொரஸ்தெல்யோவும் பாஷா அத்தையும் அவளுக்கு ஒத்தாசை செய்யப் பாடுபட்டார்கள், அவளுடைய உத்தரவுகளை நிறைவேற்ற முழு மூச்சாக விரைந்தார்கள்.

லியோன்யாவின் துணி நனைந்திருந்தது. அம்மா உலர்ந்த துணியில் அவனைச் சுருட்டினாள், அவனை எடுத்துக்கொண்டு நாற்காலியில் உட்கார்ந்தாள், சட்டைப் பொத்தான்களைக் கழற்றினாள், முலையை வெளியே எடுத்தாள், லியோன்யாவின் வாய் அருகே முலைக்காம்பு படும்படி வைத்தாள். லியோன்யா கடைசித் தடவை

கத்திவிட்டு உதடுகளால் முலைக்காம்பைப் பற்றிக் கொண்டு பேராசையால் திணறியவாறு சப்பத் தொடங்கினான்.

"ஐயே, அசிங்கம்!" என்று நினைத்துக் கொண்டான் ஸெர்யோஷா.

கொரஸ்தெல்யோவ் அவனுடைய எண்ணங்களை ஊகித்துக் கொண்டான்.

"இவனுக்கு இன்று ஒன்பதாவது நாள். தெரிகிறதா? முழுக்க முழுக்க அவ்வளவுதான். இவனிடம் என்ன எதிர்பார்க்க முடியும்? இல்லையா?" என்று தணிந்த குரலில் சொன்னான்.

"ஊம்" எனக் குழப்பத்துடன் ஒத்துக்கொண்டான் ஸெர்யோஷா.

"பிற்பாடு நமக்கு வேண்டிய மாதிரிப் பையன் ஆகிவிடுவான். நீயே பார்ப்பாய்."

ஸெர்யோஷா நினைத்தான்: "எப்போது இது நடக்கும்? இவன் ஏதோ பிசைந்த மாவு மாதிரித் துவள்கிறான் - அம்மா கூட மிக ஜாக்கிரதையாகத்தான் இவனை எடுத்துக் கொள்கிறாள். அப்படியிருக்கும்போது நான் இவனைப் பார்த்துக் கொள்வது எப்படி?"

வயிறு நிறைந்ததும் லியோன்யா அம்மாவின் கட்டிலில் உறங்கினான். பெரியவர்கள் சாப்பாட்டு அறையில் அவனைப் பற்றிப் பேசிக்கொண்டார்கள்.

"குழந்தைத் தாதி வேண்டும். என்னால் சமாளிக்க முடியாது" என்றாள் பாஷா அத்தை.

"ஒருவரும் வேண்டாம். பள்ளி விடுமுறை முடியும்வரை நானே பார்த்துக்கொள்வேன். அப்புறம் குழந்தைகள் இல்லத்தில் ஏற்பாடு செய்து விடுவோம். அங்கே தேர்ந்த தாதிகள் இருக்கிறார்கள், முறையாகக் கவனித்துக் கொள்வார்கள்" என்று சொல்லிவிட்டாள் அம்மா.

"ஆகா, இது நல்லது, குழந்தைகள் இல்லத்தில் இருக்கட்டும்" என்று நினைத்துக் கொண்டான் ஸெர்யோஷா.

விக்டரைக் குழந்தைகள் இல்லத்தில் விட வேண்டும் என்று லீதா, எப்போதும் கனவு கண்டாள். ஸெர்யோஷா கட்டிலில் ஏறி லியோன்யாவின் பக்கத்தில் உட்கார்ந்து கொண்டான். லியோன்யா வீரிட்டு முகத்தைச் சுளித்துக் கொள்ளாதிருக்கும்போது அவனை நன்றாகக் கவனித்துப் பார்க்க எண்ணினான். லியோன்யாவுக்கு இமை மயிர்கள் இருந்தன, ஆனால் மிகவும் குட்டையானவை. கருஞ்சிவப்பு முகத்தில் தோல் மகமல் போல மென்மையாக இருந்தது. அது தொடுவதற்கு எப்படி இருக்கிறது என்று பார்ப்பதற்காக ஸெர்யோஷா லேசாக விரலால் தொட்டான்.

“என்ன செய்கிறாய்?” என்று உள்ளே வந்து கொண்டே கத்தினாள் அம்மா.

எதிர்பாராததால் ஸெர்யோஷா திடுக்கிட்டுக் கையை இழுத்துக் கொண்டான்...

“இறங்கு உடனே! அழுக்குக் கைகளால் அவனைத் தொடலாமா?”

“என் கைகள் துப்புரவானவை” என்று திகிலுடன் கட்டிலிலிருந்து இறங்கினான் ஸெர்யோஷா.

“பொதுவாகவே, ஸெர்யோஷாக் கண்ணூ, குழந்தை சின்னவனாயிருக்கும் வரை அவனிடமிருந்து எட்டவே இரு. தற்செயலாக நீ அவனைத் தள்ளிவிடலாம்... எதுவும் நடக்கலாமே. அப்புறம் ஊர்க் குழந்தைகளைத் தயவு செய்து இங்கே கூட்டிக் கொண்டு வராதே. இல்லாவிட்டால் ஏதாவது நோயைத் தொற்ற வைத்துவிடுவார்கள்... வா, வெளியே போய்விடுவோம்!” என்று அன்புடனும் கண்டிப்பாகவும் சொல்லி முடித்தாள் அம்மா.

ஸெர்யோஷா கீழ்ப்படிவுடன் வெளியேறினான். அவன் சிந்தனையில் ஆழ்ந்தான். இதெல்லாம் அவன் எதிர்பார்த்தது போல இல்லை... லியோன்யா தூங்குவதற்கு வெளிச்சம் இடைஞ்சலாக இருக்கக்கூடாது என்பதற்காக அம்மா ஜன்னலில் சால்வையைக் கட்டித் தொங்க விட்டாள். ஸெர்யோஷாவின் பின்னே அறையிலிருந்து வெளி வந்து கதவை ஓசைப்படாமல் சாத்தினாள்...

வாஸ்யாவும் அவன் மாமாவும்

வாஸ்யாவுக்கு மாமா இருக்கிறார். இது புளுகு என்று லீதா கட்டாயமாகச் சொல்லியிருப்பாள், ஆனால் அவள் வாயை மூடிக்கொண்டு இருக்க நேர்ந்து விட்டது. மாமா இருக்கிறார். இதோ அவருடைய புகைப்படம், புத்தக அலமாரி மேல், சிவப்பு இழைச் சீவல்களால் செய்த கசகசாப் பூக்கள் வைத்த இரண்டு பூக்கிண்ணங்களுக்கு நடுவே வைத்திருக்கிறது. மாமாவின் படம் பனை மரத்துக்கு அடியில் எடுக்கப்பட்டிருக்கிறது. அவர் ஒரே வெள்ளை உடை அணிந்திருக்கிறார், வெயில் கண்ணைக் கூசச்செய்யும் வெள்ளை ஒளி வீசுகிறது. அதனால் முகத்தையோ உடையையோ நன்றாகப் பார்க்க முடியவில்லை. படத்தில் நன்றாக விழுந்திருப்பவை பனை மரமும் இரண்டு கரிய குட்டை நிழல்களுந்தாம்: ஒன்று மாமாவின் நிழல், மற்றது பனையின் நிழல்.

முகம் முக்கியமல்ல, ஆனால் மாமா என்ன உடை அணிந்திருக்கிறார் என்று கண்டுகொள்ள முடியாதது வருந்தத்தக்கது. அவர் வெறும் மாமா அல்ல, தொலைதூரப் பயணக் கப்பலின் காப்டன். தொலைதூரப் பயணக் கப்பல் காப்டன்கள் என்ன மாதிரி உடை அணிகிறார்கள் என்று தெரிந்து கொள்வது அக்கறைக்கு உரியதாக இருக்குமே. ஹவாய்த் தீவுகளில் உள்ள ஹோனலூலூ நகரத்தில் இந்தப் படம் பிடிக்கப்பட்டது என்று வாஸ்யா சொல்லுகிறான். சில சமயங்களில் மாமாவிடமிருந்து பார்ஸல்கள் வரும்.

“கோஸ்த்யா மறுபடி இரண்டு வெட்டுத் துணிகள் அனுப்பியிருக்கிறான்'' என்று வாஸ்யாவின் தாயார் பெருமையடித்துக் கொள்வாள்.

துணித் துண்டுகளை அவள் வெட்டுத் துணிகள் என்பாள். ஆனால் பார்ஸல்களில் விலைமிக்க சாமான்களும் இருப்பதுண்டு. உதாரணமாக ஸ்பிரிட் குப்பியில் மீன் போலச் சின்ன, ஆனால் உண்மையான முதலைக்குட்டி. ஸ்பிரிட்டில் நூறு வருஷங்கள் இருந்தாலும் கெடாது. வாஸ்யா சவடால் அடிக்கிறான் என்றால் அது புரியக்கூடியதுதான். மற்றப்

பையன்களிடம் இருப்பதெல்லாம் முதலைக் குட்டிக்கு முன்னே கால் காசு பெறாது.

அல்லது ஒரு பார்ஸலில் வந்தது பெரிய சங்கு. வெளியே பழுப்பு நிறம், உள்ளே ரோஜா நிறம். ரோஜா நிற மடிப்புகள் உதடுகள் போலப் பாதி திறந்திருந்தன. அதைக் காதோடு சேர்த்து வைத்துக் கொண்டால் தொலைவிலிருந்து வருவது போன்ற ஒரு சீரான இரைச்சல் கேட்கும். வாஸ்யா நல்ல மனநிலையில் இருக்கும்போது ஸெர்யோஷாவுக்குக் கேட்கத் தருவான். ஸெர்யோஷா சங்கைக் காதுடன் சேர்த்து வைத்துக் கொண்டு அசையாது அகலத் திறந்த விழிகளுடன் நின்று, சங்கின் ஆழத்திலிருந்து வரும் அடங்காத மெல்லோசையை மூச்சடக்கிக் கொண்டு உற்றுக் கேட்பான். அது என்ன ஓசை? எங்கிருந்து வருகிறது? என்ன காரணத்தால் அதனால் மனம் சஞ்சலப்படுகிறது, ஆனால் மேலும் மேலும் கேட்டுக்கொண்டே இருக்க ஆசை உண்டாகிறது?

இந்த மாமா, அசாதாரணமான, விதிவிலக்கான இந்த மாமா, ஹோனலூலூவுக்கும் வேறு என்னென்னவோ தீவுகளுக்கும் பிறகு, வாஸ்யாவின் வீட்டுக்கு வர எண்ணம் கொண்டுவிட்டார்! வாஸ்யா இந்தச் செய்தியை மரியாதை இன்றி சிகரெட்டை வாயோரத்தில் வைத்துக்கொண்டு புகையினால் கண்களைச் சுருக்கியவாறு அறிவித்தான். இதில் பிரமாதமானது எதுவும் இல்லை போன்ற பாவனையுடன் அறிவித்தான். சற்று நேர மௌனத்திற்குப் பிறகு ஷூரிக் கட்டைத் தொண்டையில், "எந்த மாமா? காப்டனா?" என்று கேட்டதற்கு வாஸ்யா, "இல்லாவிட்டால் வேறு யாராம்? எனக்கு வேறு மாமாவே கிடையாது" என்று பதில் சொன்னான்.

"எனக்கு" என்ற சொல்லை விசேஷ அர்த்தம் வெளிப்படும் வகையில் அவன் சொன்னான். உங்களுக்கு வேறு மாமாக்கள், காப்டன்கள் அல்லாதவர்கள் இருக்கலாம், எனக்கு அப்படிப்பட்ட மாமாக்கள் இருக்கவே முடியாது என்ற பொருள் அதில் தொனித்தது. இது உண்மையே என்று எல்லோரும் ஒப்புக்கொண்டார்கள்.

"அவர் சீக்கிரம் வருவாரா?" என்று கேட்டான் ஸெர்யோஷா,

"இன்னும் இரண்டொரு வாரங்களில், நான் சுண்ணாம்பு வாங்கப் போகிறேன்" என்று கூறினான் வாஸ்யா.

"எதற்காக உனக்குச் சுண்ணாம்பு?" என வினவினன் ஸெர்யோஷா.

''அம்மா விட்டத்துக்கு வெள்ளையடிக்கத் திட்டமிட்டிருக்கிறாள்.''

அப்பேர்ப்பட்ட மாமாவுக்காக விட்டத்தை வெள்ளை அடிக்காதிருப்பது எப்படி?

லீதாவால் தாங்க முடியவில்லை.

"இவன் புளுகுகிறான். இவன் வீட்டுக்கு ஒருவரும் வரப்போவதில்லை" என்றாள்.

சொல்லிவிட்டு விர்ட்டென்று பின்வாங்கி விட்டாள் - அடிக்குப் பயந்து. ஆனால் வாஸ்யா இந்தத் தடவை அவளை அடிக்கவில்லை. "மடைச்சி" என்றுகூடச் சொல்லவில்லை. வெறுமே வலைப் பையை வீசியாட்டிக் கொண்டு தூரப் போய்விட்டான். பைக்குள் சுண்ணாம்புக்காக வெற்றுச் சாக்கு இருந்தது. லீதா முகத்தில் ஈயாடவில்லை.

...விட்டங்களுக்கு வெள்ளையடிக்கப்பட்டது. புதிய சுவர்க் காகிதங்கள் ஒட்டப்பட்டன. வாஸ்யா சுவர்க்காகிதத் துண்டுகளுக்குப் பசை தடவி அம்மாவிடம் கொடுத்தான். அவள் அவற்றைச் சுவற்றில் ஒட்டினாள். மற்றச் சிறுவர்கள் ஆளோடியிலிருந்து எட்டிப் பார்த்துக் கொண்டிருந்தார்கள். வாஸ்யா அவர்களை அறைக்குள் வர விடவில்லை.

"இங்கே நீங்கள் என்னைக் குழப்பிவிடுவீர்கள்" என்றான்.

அப்புறம் வாஸ்யாவின் தாயார் தரையைக் கழுவித் துடைத்து நடைபாய் விரித்தாள். அவளும் வாஸ்யாவும் தரையை மிதிக்காமல் நடைபாய் வழியே நடந்தார்கள்.

"மாலுமிகளுக்குத் துப்புரவில் ஒரே மோகம்" என்றாள் வாஸ்யாவின் தாய்.

மாமா தூங்குவதற்கான பின் அறையில் அலாரம் கடிகாரம் வைக்கப்பட்டது.

“மாலுமிகளுக்கு எல்லாம் நேரக் கணக்குப்படி செய்ய வேண்டும்” என்றாள் வாஸ்யாவின் தாய்.

மாமாவை அடங்காத ஆவலுடன் எதிர்பார்த்தார்கள். ஏதேனும் மோட்டார் தால்னயா வீதியில் திரும்பினால் எல்லோரும் ஸ்தம்பித்து விடுவார்கள் மாமாதான் ரெயில் நிலையத்திலிருந்து வருகிறாரோ என்று. ஆனால் மோட்டார் போய் விடும், மாமா இருக்க மாட்டார், லீதாவுக்கு மகிழ்ச்சி. மற்றவர்களுக்குக் கிட்டாத தனிப்பட்ட மகிழ்ச்சிகள் லீதாவுக்கு உண்டு.

மாலைகளில் வேலையிலிருந்து திரும்பி வீட்டுக் காரியங்களைச் செய்து முடித்ததும் வாஸ்யாவின் தாயார் வேலிக் கதவுக்கு வெளியே சென்று அண்டை வீட்டுப் பெண்களிடம் தன் சகோதரன் காப்டனைப் பற்றிப் பெருமை அடித்துக்கொள்ளத் தொடங்குவாள். சிறுவர்கள் ஒரு புறமாக நின்றுகொண்டு கேட்டுக்கொண்டிருப்பார்கள்.

“இப்போது அவன் சுகாதார ஸ்தலத்தில் இருக்கிறான், உடல் நலத்தைச் சீர்படுத்திக் கொள்வதற்காக. அவனுக்கு இருதயக் கோளாறு. முதல் தர ஆரோக்கிய விடுதியில் இளைப்பாறுவதற்கு அவனுக்கு அனுமதிச் சீட்டு கொடுக்கப்பட்டது என்று சொல்லவே வேண்டியதில்லை. மருத்துவம் பார்த்துக்கொண்ட பிறகு எங்கள் வீட்டுக்கு வருவான்” என்று விவரித்தாள் வாஸ்யாவின் தாய்.

“ஒரு காலத்திலே என்னமாய்ப் பாடுவான்! பண்பாட்டுக் கழக மேடையிலே ‘எங்கே, எங்கே நீவிர் சென்றுவிட்டீர்?’ என்ற பாட்டை எப்படி நடித்துப் பாடுவான் - கொஸ்லோவ்ஸ்க்கியை விட மேலாக! இப்போது உடம்பு பருத்துப் போயிற்று, மூச்சுத் திணறுகிறது, குடும்பத்திலேயும் என்னதான் நடக்கிறதோ, ஆண்டவனுக்கே வெளிச்சம், ரொம்பப் பாடுகிறாற்போல இல்லை நிலைமை” என்று அவள் தொடர்ந்தாள்.

அவள் குரலைத் தாழ்த்தி, சிறுவர்கள் காதில் படாதபடி ஏதோ சொன்னாள்.

“எல்லாம் பெண்கள். ஒருத்திக்குப் பொன் வெண் கேசம், இன்னொருத்திக்குக் கரும் பழுப்பு, மூன்றாமவளுக்குச்

செம்பட்டை. மூத்தவள் ஒருத்திதான் கோஸ்த்யாவின் சாயல். அவன் பாவம் கப்பலோட்டுவதும் துயரப் படுவதுமாயிருக்கிறான். அவள் அதிர்ஷ்டம், பெண்களாகப் பிறக்கின்றன. பெண்கள் பத்து பிறந்தாலும் அவர்களை வளர்ப்பது ஒரு பிள்ளையை வளர்ப்பதைவிடச் சுலபம்'' என்றாள்.

அண்டை வீட்டுக்காரிகள் வாஸ்யாவை ஜாடையாகப் பார்த்தார்கள்.

"சகோதரன் என்ற முறையில் ஏதாவது யோசனை சொல்லட்டும். ஆண்மகனுக்குரிய தீர்மானத்தைச் செயலில் காட்டட்டும். எனக்குத் தாவு தீர்ந்து போய் விட்டது" என்று சொல்லிக் கொண்டு போனாள் வாஸ்யாவின் தாய்.

"இந்தப் பிள்ளைகளைத் தன் பலங்கொண்டு நிற்க வைக்கிற வரையில் ஒரே வேதனைதான்" என்று பெருமூச்செறிந்தாள் ஷேன்யாவின் பெரியம்மா.

"இது எப்பேர்ப்பட்ட பிள்ளைகள் என்பதைப் பொறுத் திருக்கிறது. உதாரணமாக எங்கள் வீட்டுப் பையன் ரொம்ப மென்மையானவன்" என்று மறுப்பு தெரிவித்தாள் பாஷா அத்தை.

"இந்த மென்மை எல்லாம் அவன் இன்னும் சின்னவனா யிருக்கிற வரையில்தான். சின்னப் பிள்ளைகள் எல்லோருமே மென்மையானவர்கள்தாம். வளர்ந்ததுந்தான் சுயரூபத்தைக் காட்டத் தொடங்குவார்கள்" என்று வாஸ்யாவின் தாயார் பதில் சொன்னாள்.

காப்டன் மாமா இரவில் வந்து சேர்ந்தார். காலையில் சிறுவர்கள் வாஸ்யாவின் தோட்டத்துக்குள் எட்டிப் பார்த்தார்கள். அங்கே பாதையில் நின்று கொண்டிருந்தார் மாமா, புகைப்படத்தில் போலவே ஒரே வெள்ளையாக உடை அணிந்து. வெள்ளை இராணுவச் சட்டை, மடிப்பு வைத்த வெள்ளைக் காற்சட்டை, வெள்ளை ஜோடுகள், சட்டை மேல் தங்கம். கைகளை முதுகுப் புறம் வைத்துக்கொண்டு நின்றவாறு மென்மையான குரலில் சிறிது மூக்கால் பேசினார். பேசும்போது அவருக்குக் கொஞ்சம் மூச்சுத் திணறியது.

"ஆகாகா, என்ன நேர்த்தி, என்ன ரம்மியம்! என்ன செழிப்பு! வெப்ப நாடுகளுக்குப் பிறகு மனமார மூச்சுவிட முடிகிறது. இப்பேர்ப்பட்ட தெய்வீகமான இடத்தில் வாழும் நீ எவ்வளவு பாக்கியசாலி, போல்யா!"என்றார்.

"ஆமாம், எங்கள் ஊர் மோசமில்லைதான்" என்று சொன்னாள் வாஸ்யாவின் தாய்.

"ஆகா, பறவை வீடு! பிர்ச் மரத்தின் மேல் பறவை வீடு!" என்று சோர்ந்த குரலில் வியந்தார் மாமா. "போல்யா, நாம் படித்த பாடப்புத்தகம் நினைவிருக்கிறதா உனக்கு? அதிலே இதே மாதிரிப் படம் இருந்தது - பிர்ச் மரமும் அதன் மேல் பறவை வீடும்!" என்றார்.

"பறவை வீட்டை வாஸ்யா தொங்க விட்டிருக்கிறான்" என்று சொன்னாள் வாஸ்யாவின் தாய்.

"அற்புதமான பையன்!" என்றார் மாமா.

வாஸ்யா அங்கேயே இருந்தான். குளித்து, மே தின விழாவன்று போலத் தலை வாரிக்கொண்டு, தலையில் தொப்பி இன்றி அடக்கமாக நின்று கொண்டிருந்தான்.

"காலையாகாரம் சாப்பிடப் போவோம்" என்று அழைத்தாள் வாஸ்யாவின் தாய்.

"நான் இந்தக் காற்றைச் சுவாசிக்க விரும்புகிறேன்!" என்று மறுத்தார் மாமா. ஆனால் வாஸ்யாவின் தாய் அவரை அழைத்துக்கொண்டு போய் விட்டாள். தங்கமுலாம் பூசிய வெள்ளைக் கோபுரம் போலப் பெரிய உடலினரான அவர் வாயிற்படி ஏறி வீட்டுக்குள் புகுந்து மறைந்துவிட்டார். அவர் கொழுத்தவர், நேர்த்தியானவர். அவர் முகத்தில் நற்பண்பு ததும்பியது. மோவாயில் இரட்டை மடிப்பு விழுந்திருந்தது. முகம் வெயிலால் பழுப்பேறியிருந்தது, ஆனால் நெற்றி வெளேரென்று இருந்தது. பழுப்புக்கும் வெளிறலுக்கும் இடையே நேரான பிரிவுக்கோடு விழுந்திருந்தது... வாஸ்யா வேலியருகே வந்தான். அதன் இடுக்கு வழியாகத்தான் ஒண்டிக்கொண்டு உற்றுப்பார்த்துக் கொண்டிருந்தார்கள். ஸெர்யோஷாவும் ஷூரிக்கும்.

"என்ன வேண்டுமப்பா, பையன்களா?" என்று கருணை யுடன் கேட்டான் வாஸ்யா. அவர்களோ, வெறுமே மூக்கை உறிஞ்சினார்கள்.

"அவர் எனக்குக் கடிகாரம் வாங்கிவந்தாரே" என்றான் வாஸ்யா. ஆம், அவனுடைய இடது கையில் இருந்தது கடிகாரம், உண்மையான கடிகாரம், வாருடன், கையை உயர்த்தி அவன் கடிகாரம் டிக்டிக்கென்று ஒலிப்பதைக் கேட்டான், சாவி கொடுத்தான்...

"நாங்கள் உன் வீட்டுக்கு வரலாமா?" என்று கேட்டான் ஸெர்யோஷா.

"நல்லது வாருங்கள்" என்று அனுமதித்தான் வாஸ்யா. "ஆனால் சத்தம் மட்டும் போடக் கூடாது. அவர் இளைப்பாறுவதற்காகப் படுத்துக் கொள்ளும் பொழுதும் உறவினர்கள் வரும் பொழுதும் மறு பேச்சில்லாமல் வெளியே போய்விட வேண்டும். குடும்ப ஆலோசனை நடக்கப் போகிறது எங்கள் வீட்டிலே" என்றான்.

"என்ன குடும்ப ஆலோசனை?" என வினவினான் ஸெர்யோஷா.

"என்னை என்ன செய்வது என்று ஆலோசிக்கப் போகிறார்கள்" என விளக்கினான் வாஸ்யா.

அவன் வீட்டுக்குள் போனான். சிறுவர்களும் சந்தடியின்றி உள்ளே புகுந்து நிலைப்படிக்கு அருகே நின்றார்கள்.

காப்டன் மாமா ரொட்டித் துண்டுக்கு வெண்ணெய் தடவினார், வெந்த முட்டையைக் கிண்ணத்தில் வைத்தார், சிறு கரண்டியால் அதை உடைத்தார், முட்டை ஓட்டின் உச்சியை ஜாக்கிரதையாக அகற்றினார், முட்டைக்கு உப்பு தூவினார். உப்புக் கிண்ணத்திலிருந்து அவர் கத்தி நுனியால் உப்பை எடுத்தார். ஏதோ ஒன்று அவருக்குப் போதவில்லை, அவர் சுற்றுமுற்றும் கண்ணோட்டினார், அவருடைய வெளிறிய புருவங்கள் துன்பத்தை வெளிக்காட்டின. பின்பு அவர் தமது நளினமான குரலில் நைச்சியமாக, "போல்யா, மன்னித்துக்கொள், நாப்கின் இருக்குமா?" என்று கேட்டார்.

வாஸ்யாவின் தாய் ஓடிச்சாடி ஒரு தூய் துவாலையை அவரிடம் கொடுத்தாள். அவர் நன்றி தெரிவித்துவிட்டு, துவாலையை முழங்கால்கள் மேல் விரித்துக்கொண்டு சாப்பிடத் தொடங்கினார். சின்னஞ்சிறு துண்டுகளாக ரொட்டியைக் கடித்துத் தின்றார். அவர் சவைப்பதும் விழுங்குவதும் அனேகமாகக் கண்ணுக்குப் புலப்படவில்லை. வாஸ்யாவோ நெற்றியைச் சுருக்கிக் கொண்டிருந்தான். அவன் முகத்தில் பலவித உணர்ச்சிகள் வெளிப்பட்டன. தங்கள் வீட்டில் நாப்கின் இல்லாதது பற்றி அவனுக்கு எரிச்சலாயிருந்தது. ஆனால் அதே சமயத்தில் நாப்கின் இல்லாமல் காலையுணவு கொள்ள இயலாதவரான தனது பண்பு மிக்க மாமாவைப் பற்றி அவன் பெருமை கொண்டான்.

வாஸ்யாவின் தாய் வகை வகையான பல பண்டங்களை மேஜைமேல் வைத்திருந்தாள். மாமா எல்லாவற்றிலும் கொஞ்சம் கொஞ்சம் எடுத்துக் கொண்டார். ஆனால் பார்ப்பதற்கு அவர் ஒன்றுமே சாப்பிடவில்லை போலத் தோன்றியது.

"நீ ஒன்றுமே சாப்பிடக் காணோமே! உனக்குப் பிடிக்க வில்லையா!" என்று முனகினாள் வாஸ்யாவின் தாய்.

''எல்லாம் அபார ருசி. ஆனால் எனக்குப் பத்தியம். கோபித்துக் கொள்ளாதே, போல்யா'' என்றார் மாமா.

வோத்கா குடிக்க அவர் மறுத்துவிட்டார்.

"எனக்குக் கூடாது. ஒரு நாளைக்கு ஒரு தரம், பகல் சாப்பாட்டுக்கு முன்னால், ஒரு கிண்ணம்" (அது எவ்வளவு சிறிய கிண்ணம் என்பதை அவர் இரண்டு விரல்களால் நயமாகக் காட்டினார்) "கொன்யாக் - இது இரத்தக்குழாய்களை விரியச் செய்கிறது - அவ்வளவுதான் என்னால் முடிந்தது" என்றார்.

காலை ஆகாரத்துக்குப் பின் அவர் உலாவப் போகலாம் என்று வாஸ்யாவிடம் சொல்லி விட்டுத் தொப்பியைப் போட்டுக் கொண்டார். அதுவும் தங்கம் உள்ள வெள்ளைத் தொப்பி.

"நீங்கள் அவரவர் வீடுகளுக்குப் போங்கள்'' என்று வாஸ்யா ஸெர்யோஷாவிடமும் ஷூரிக்கிடமும் சொன்னான்.

"ஆ, இவர்களையும் அழைத்துப் போவோம்! அருமையான பையன்கள்! கவர்ச்சியான அண்ணன் தம்பிகள்!" என்று மூக்கால் சொன்னார் மாமா.

"நாங்கள் அண்ணன் தம்பிகள் அல்ல" என்று கட்டைத் தொண்டையில் முழங்கினான் ஷூரிக்.

"இவர்கள் அண்ணன் தம்பிகள் அல்ல" என்று உறுதிப்படுத்தினான் வாஸ்யா.

"அப்படியா?" என்று வியந்தார் மாமா. "அண்ணன் தம்பிகளாக்கும் என்று நினைத்தேனே! சாயலில் ஏதோ பொருத்தம் இருக்கிறது. ஒருவனுக்கு வெளிர் முடி, மற்றவனுக்குக் கறுப்பு முடி... ஊம், அண்ணன் தம்பிகள் இல்லை என்றால் போகிறது, உலாவப் போகலாம் வாருங்கள்!" என்றார்.

அவர்கள் தெருவுக்கு வந்ததை லீதா கண்டாள். அவர்களை எட்டிப் பிடிப்பதற்காக ஓட விரும்பினாள். ஆனால் வாஸ்யா தலையைத் திருப்பி அவள்பால் கண்ணோட்டினான். அவள் திரும்பி, துள்ளிக்குதித்து மறு திசையில் ஓடிவிட்டாள்.

தோப்பில் உலாவினார்கள் - மாமா மரங்களை வியந்து பாராட்டினார். வயல்களில் நடந்தார்கள் - அவர் கதிர்களை மெச்சிப் புகழ்ந்தார். உண்மையைச் சொன்னாரானால் அவருடைய பாராட்டும் பரவசமும் பையன்களுக்கு அலுத்துப் போய்விட்டன. கடலையும் தீவுகளையும் பற்றிச் சொன்னாரானால் நன்றாயிருக்குமே. இந்தக் குறை இருந்தாலும் அவர் ஆசாமி நல்லவர். அவருடைய உடுப்பில் தங்க நூல்பட்டைகள் வெயிலில் பளிச்சிடுவதைப் பார்க்கக் கண்கள் கூசின. அவரும் வாஸ்யாவும் அக்கம் பக்கமாக நடந்தார்கள். ஸெர்யோஷாவும் ஷூரிக்குமோ சில வேளைகளில் பின் தங்கினார்கள், சில வேளைகளில் ஓடி முன்னே சென்றார்கள் மாமாவின் முன்னழகைப் பார்ப்பதற்காக. ஆற்றுக்குப் போனார்கள். மாமா கடிகாரத்தைப் பார்த்துவிட்டு, நீந்திக் குளித்தால் நன்றாயிருக்குமே என்றார். வாஸ்யாவும் கடிகாரத்தைப் பார்த்துவிட்டு, ஆகா, குளிக்கலாம் என்றான். கதகதப்பான தூய மணலில் உடைகளைக் கழற்றி வைக்கத் தொடங்கினார்கள்.

மாமாவின் உடுப்புக்கு அடியில் வரிகளிட்ட மாலுமி உள்சட்டை இல்லை, சாதாரண வெள்ளைச் சட்டைதான் இருந்தது என்பதில் ஸெர்யோஷாவுக்கும் ஷூரிக்குக்கும் வருத்தம். ஆனால் அவர் கைகளை உயர்த்தித் தலை வழியாகச் சட்டையைக் கழற்றினாரோ இல்லையோ, அவர்கள் கல்லாய்ச் சமைந்துவிட்டார்கள்.

மாமாவின் மேனி முழுவதும், விசாலமான, ஒரு சீராக வெயிலில் பழுப்பேறிய, கொழுப்பு மடிப்புக்கள் விழுந்த தேகம் பூராவும், கழுத்திலிருந்து அரைக்கச்சம் வரை நெருக்கமான நீலக் கோலங்களால் நிறைந்திருந்தது. மாமா நேராக நிமிர்ந்து நின்றதும் இவை கோலங்கள் அல்ல, படங்களும் குறிப்புக்களும் என்பதைச் சிறுவர்கள் கண்டார்கள். மார்பில் நீரரமகளின் படம் திகழ்ந்தது. அவளுக்கு மீன் வாலும் நீண்ட கூந்தலும் இருந்தன. மாமாவின் இடது தோளிலிருந்து நீரர மகளை நோக்கி ஊர்ந்தது ஒரு பேய்க்கணவாய். அதன் உறிஞ்சுகொம்புகள் வளைந்து நெளிந்திருந்தன. மனிதனுடையவை போன்ற கண்கள் பயங்கரமாக இருந்தன. நீரரமகள் முகத்தை மறுபுறம் திருப்பிக் கொண்டு, கைகளைப் பேய்க்கணவாயின் புறம் நீட்டி, தன்னைப் பிடித்துக் கொள்ளாதிருக்கும்படி அதைக் கெஞ்சிக்கொண்டிருந்தாள். மிக விளக்கமான, அச்சமூட்டும் படம்! மாமாவின் வலது தோளில், ஏன், வலது கையிலுங் கூடத்தான், பல வரிகளில் நீண்ட குறிப்பு எழுதப்பட்டிருந்தது. மாமாவின் வலது கரம் முழுவதும் நெருக்கமாக எழுத்துக்களால் அப்பியிருந்தது எனலாம். இடது கரத்தில் முழங்கைக்கு மேல் இரண்டு புறாக்கள் அலகுகளால் முத்தங் கொஞ்சிக் கொண்டிருந்தன. அவற்றுக்கு உயரே பூவளையமும் மகுடமும் பொறித்திருந்தன. முழங்கைக்குக் கீழே அம்பால் துளைக்கப்பட்ட டர்னிப்புக் கிழங்கும் அதன் அடியில் கொட்டை எழுத்துக்களில் "மூஸ்யா" என்ற பெயரும் காணப்பட்டன.

"அபாரம்!" என்று ஷூரிக் ஸெர்யோஷாவிடம் சொன்னான்.

"அற்புதம்!" என்று பெருமூச்சுவிட்டான் ஸெர்யோஷா.

மாமா ஆற்றில் இறங்கி மூழ்கினார், ஈர முடியும் மகிழ் பொங்கும் முகமுமாக வெளியே எழும்பினார், செருமினார், பின்பு நீரோட்டத்தை எதிர்த்து நீந்தினார். பையன்கள்

மந்திரத்தால் கட்டுண்டவர்கள் போல அவர் பின்னே ஆற்றில் இறங்கினார்கள்.

மாமாதான் எப்படி நீந்தினார்! விளையாட்டாக அவர் நீரில் முன்சென்றார், விளையாட்டாக அவருடைய பிரமாண்டமான உடலைத் தாங்கியது நீர். பாலம் வரை நீந்திப் போய்விட்டு அவர் திரும்பி, மல்லாக்காகப் புரண்டு, கால்நுனிகளை அனேகமாகத் தென்படாதவாறு அசைத்து, நீரோட்டத்தோடு நீந்திவந்தார். நீருக்கு அடியில் அவரது மார்பின்மேல் அசைந்தாள் நீரரமகள்.

அப்புறம் மாமா கரையில் மணல்மேல் முதுகு குப்புறப் படுத்துக் கொண்டார். அவர் கண்கள் மூடியிருந்தன, பேரின்பப் புன்னகை முகத்தில் தவழ்ந்தது. பையன்கள் அவருடைய திறந்த முதுகைப் பார்வையிட்டார்கள். மின்மட்டமாற்றி அறைக்கு வெளியே வரைந்திருக்குமே, அது போல, மண்டையோடும் எலும்புகளும் முதுகில் தீட்டப்பட்டிருந்தன. அவற்றோடு சந்திரனும் விண்மீன்களும் இருந்தன. நீண்ட உடை அணிந்து, மேகங்கள் மேல் கால்களை நீட்டி அமர்ந்திருந்த ஒரு பெண்ணும் வரையப்பட்டிருந்தாள். அவளுடைய கண்கள் கட்டப்பட்டிருந்தன.

"மாமா, உங்கள் முதுகில் இது என்ன?" என்று துணிவை எல்லாம் திரட்டிக்கொண்டு கேட்டே விட்டான் ஷூரிக்.

மாமா வாய்விட்டுச் சிரித்தார், எழுந்து உடம்பிலிருந்து மணலைத் தட்டிப் போக்கலானார்.

"இது நினைவுச் சின்னம் - என் இளைமைக்கும் பண்பாடின்மைக்கும். பாருங்கள் என் அன்பர்களே, ஒரு காலத்தில் நான் பண்பாடே அற்றவனாக இருந்தேன். விளைவாக, இந்த அசட்டுப் படங்களால் உடல் முழுவதையும் மூடிக் கொண்டு விட்டேன். அதுவும் வருந்தத்தக்க விதமாக, என்றும் நிலைத்திருக்கும்படி" என்றார்.

"உங்கள் மேல் என்ன எழுதப்பட்டிருக்கிறது?" என்று கேட்டான் ஷூரிக்.

"என்மேல் என்ன அபத்தம் எழுதப்பட்டிருக்கிறது என்பது முக்கியமா என்ன? முக்கியமானவை மனிதனுடைய

உணர்ச்சிகளும் செயல்களுந்தாம். நீ என்ன நினைக்கிறாய், வாஸ்யா?' என்று வினவினார் மாமா.

"சரியாகச் சொன்னீர்கள்!" என்றான் வாஸ்யா.

"அப்புறம் கடல்? அது எப்படியிருக்கும்?" என்று கேட்டான் ஸெர்யோஷா.

"கடல்... கடலா?" என்று திருப்பிக் கூறிவிட்டு, "உனக்கு எப்படி விவரிப்பது? கடல் என்றால் கடல்தான். கடலைவிட நேர்த்தியானது எதுவுமே இல்லை. அதைத் தன் கண்களால் நேரே பார்க்க வேண்டும்" என்றார்.

"புயல் அடிக்கும்போது பயங்கரமாக இருக்குமோ?" என்று கேட்டான் ஷூரிக்.

"புயல் வெகு நேர்த்தியானது. கடலில் எல்லாமே நேர்த்திதான்" என்று கூறிச் சிந்தனையுடன் தலையை அசைத்தவாறு அவர் செய்யுள் படித்தார்:

"சொன்னான் அவன், எங்கானாலும் ஒன்றன்றோ?
நன்னீர்க் கிடப்பதோ இன்னும் அமைதி."

பின்பு காற்சட்டையை மாட்டிக்கொள்ளலானார்.

உலாவலுக்குப் பின் அவர் இளைப்பாறினார்.

சிறுவர்கள் வாஸ்யாவின் சந்தில் கூடி மாமா பச்சை குத்திக்கொண்டிருப்பது பற்றி விவாதித்தார்கள்.

கலீனின் வீதியிலிருந்து வந்திருந்த ஒரு பையன் சொன்னான்:

"இது வெடிமருந்தால் செய்யப்படுகிறது. முதலாவது சித்திரங்கள் குத்தப்படுகின்றன, அப்புறம் வெடிமருந்து அவற்றின்மேல் தேய்க்கப்படுகிறது. நான் படித்திருக்கிறேன்."

"வெடிமருந்துக்கு எங்கே போவது?" என்று கேட்டான் இன்னொரு பையன்.

"எங்கேயா? கடைக்குத்தான்."

"கடையிலே ரொம்பக் கொடுத்துவிடுவார்களே உனக்கு. பதினாறு வயதுக்குக் குறைந்த பையன்களுக்குச் சிகரெட்டே

கொடுக்க மாட்டேன் என்கிறார்கள், நீ என்னவோ வெடி மருந்தைப் பற்றிப் பேசுகிறாயே.”

“வேட்டைக்காரர்களிடம் கிடைக்கலாம்.”

“அவர்கள் மட்டும் உனக்குக் கொடுத்து விடுவார்களாக்கும்.”

“கொடுப்பார்கள் என்கிறேன்.”

“கொடுக்க மாட்டார்கள் என்கிறேன்.”

இதற்குள் மூன்றாவது பையன் சொன்னான்:

“வெடிமருந்தால் பச்சை குத்தியது பழங்கால வழக்கம். இப்போதெல்லாம் இந்திய மை அல்லது சாதாரண மையால் குத்துகிறார்கள்.”

“மையாலே குத்தினால் சீக்கட்டுமா?'' என்று ஒருவன் கேட்டான்.

“சீக்கட்டும், அருமையாக!”

“இந்திய மை மேல். இந்திய மையால் அருமையாகச் சீக்கட்டும்.”

“சாதாரண மையால் குத்தினாலும் அற்புதமாகச் சீக்கட்டும்.”

இந்தப் பேச்சைக் கேட்டவாறே ஸெர்யோஷா ஹவாய்த் தீவிலுள்ள ஹோனலூலூவைக் கற்பனைக் கண்ணால் கண்டு கொண்டிருந்தான். அங்கே பனை மரங்கள் வளர்கின்றன. கண்கள் குருடாகும் வெண்மையுடன் அடிக்கிறது வெயில். வெண்பனி போன்ற வெள்ளை உடுப்பில் தங்கத்தையல் பட்டைகள் தகதகக்க, காப்டன்கள் அங்கே பனை மரத்தின் அடியில் படம் பிடித்துக் கொள்கிறார்கள். “நானும் அதே மாதிரிப் போட்டோ எடுத்துக் கொள்வேன்” என்று எண்ணிக் கொண்டான் ஸெர்யோஷா, வெடிமருந்தையும் மைகளையும் விவாதித்துக் கொண்டிருந்த இந்த எல்லாப் பையன்களையும் போலவே அவனும் உலகில் பொதுவாக இருக்கக்கூடியது எல்லாம் தனக்குக் கிட்டும் என்றும் ஹோனலூலூவில் காப்டனாக இருப்பதுவும் தனக்கு வாய்க்கும் என்றும் தயக்கமின்றி நம்பினான். தான் ஒருபோதும் சாகமாட்டான்

என்பதை எப்படி நம்பினானோ அப்படியே இதையும் அவன் நம்பினான். முடிவே இல்லாத தன் வாழ்க்கையில் எல்லாவற்றையும் அனுபவிக்க முடியும், எல்லாவற்றையும் கண்டு தெளிய முடியும் என நினைத்தான்.

மாலை ஆவதற்குள் அவன் வாஸ்யாவின் மாமாவுக்காக ஏங்கிப் போனான். அவரோ முந்திய நாள் பயணத்தின்போது இரவெல்லாம் தூங்காமையினால் இப்போது இளைப்பாறினார், இளைப்பாறிக் கொண்டே இருந்தார். வாஸ்யாவின் தாய் உயர்ந்த குதிகள் வைத்த ஜோடுகள் அணிந்து தெருவில் ஓடிவந்தாள். கொன்யாக் வாங்கப் போவதாகவும் கோஸ்த்யா கொன்யாக் தவிர வேறு எதுவும் குடிப்பதில்லை என்றும் போகிற போக்கில் அவள் பாஷா அத்தையிடம் சொன்னாள். பொழுது சாய்ந்தது. உறவினர்கள் வந்தார்கள். வீட்டில் மின்விளக்குக்கள் பொருத்தப்பட்டன. ஜன்னல் திரைகளும் ஜெரேனியம் செடிகளும் மறைத்ததால் வீட்டுக்குள் நடப்பதைத் தெருவிலிருந்து பார்க்க முடியவில்லை. தன் வீட்டு லிண்டன் மரத்திலிருந்து எல்லாம் தெரிவதாகவும் அங்கே தன்னோடு ஏறிப் பார்க்கும்படியும் ஷூரிக் அழைத்ததும் ஸெர்யோஷாவுக்கு மகிழ்ச்சி தாங்கவில்லை.

ஸெர்யோஷாவின் பக்கத்தில் காரியப்பாங்குடன் நெருங்கி, ஷூரிக் பேசலானான்:

“அவர் விழித்துக் கொண்டதும் உடற்பயிற்சி செய்தார். முகத்தை மழித்துக் கொண்டபின் குழல்வழியாக மேலே ஒடிகொலோன் தெளித்துக் கொண்டார். அவர்கள் இரவுச் சாப்பாடு சாப்பிட்டாயிற்று... வா, சந்து வழியாகப் போவோம். இல்லாவிட்டால் லீதாவும் ஒண்டிக்கொள்வாள்.”

பழைய லிண்டன் மரம் திமோகினது வீட்டுக் காய்கறித் தோட்டத்தின் பின்புறம் வாஸ்யா வீட்டுத் தோட்டத்திலிருந்து அதைப் பிரிக்கும் வேலி ஓரமாக வளர்ந்திருந்தது. வேலியை ஒட்டினாற் போலிருந்தது வாஸ்யா வீட்டுச் சுவர். ஆனால் வேலி ஏறிக்குதிக்க முடியாது, ஏனெனில் அது உளுத்தது, பிளந்து சிதறிவிடும்... லின்டன் மரத்தில் ஒரு பொந்து உண்டு. ஒரு கோடையில் அங்கு கொண்டலாத்திகள் வசித்தன. இப்போது ஷூரிக் பெரியவர்களிடமிருந்து எட்டவே வைத்திருக்க வேண்டிய சாமான்களை அதில்

பதனப்படுத்தியிருந்தான். தோட்டா மூடிகள், பெருக்காடி லென்ஸ் ஆகியவை இவை. இந்த லென்ஸின் உதவியால் வேலிகள் மேலும் பெஞ்சிகள் மேலும் பல சொற்களைச் சூடு போடலாம்.

கரடுமுரடாக வெடிப்புக்கள் கண்டிருந்த பட்டையில் கால்களைப் பிறாண்டிக்கொண்டு ஏறி, கப்புங்கிளையுமாக முண்டும் முடிச்சும் விழுந்திருந்த ஒரு கொம்பில் இடம் பிடித்துக் கொண்டார்கள் பையன்கள். ஷூரிக் மரத் தண்டைப் பற்றிக் கொண்டான். ஸெர்யோஷா ஷூரிக்கைப் பிடித்துக் கொண்டான்.

பட்டுப் போலச் சரசரத்து, கொஞ்சலாகக் கிச்சுக்கிச்சு மூட்டி, ஓரளவு கைப்புள்ள புது மணம் கமழ்ந்த இலைப் பந்தலில் இருந்தார்கள் அவர்கள். அவர்களுடைய தலைகளுக்குமேல் உயரத்தில் பந்தல் மாலைக் கதிரால் பொன்னொளி ஊட்டப்பட்டிருந்தது. கீழே வரவர மங்குல் அதிக இருளடைந்து கொண்டுபோயிற்று. கரிய இலைகள் அடர்ந்த சிறு கொப்பு ஸெர்யோஷாவின் முன்னே அசைந்தாடியது. ஆனால் வாஸ்யா வீட்டின் உள்புறத்தை அது மறைக்கவில்லை. அறைக்குள் மின் விளக்கு எரிந்து கொண்டிருந்தது. காப்டன் மாமா உறவினர்கள் புடைசூழ வீற்றிருந்தார். அவர்கள் பேசுவதும் கேட்டது.

வாஸ்யாவின் தாய் கைகளை வீசியாட்டியபடி பேசிக் கொண்டிருந்தாள்:

"ஆக ரசீது எழுதினார்கள் - தெருவில் கலாட்டா செய்ததற் காகப் பிரஜை பி. பி. சுமாச்சேன்கோவிடமிருந்து அபராதத் தொகை ரூபிள் இருபத்தைந்து கோரிப் பெறப்பட்டது என்று."

ஒரு உறவுகாரி களுக்கென்று நகைத்தாள்.

"இதிலே நகைப்பதற்கு ஒன்றுமே இல்லை என நான் எண்ணுகிறேன்" என்று அவளை நொடித்து விட்டு வாஸ்யாவின் தாய் பேச்சைத் தொடர்ந்தாள்: "மறுபடி இரண்டு மாதங்களுக்கு அப்புறம் மிலீஷியா நிலையத்துக்குக் கூப்பிட்டு அனுப்பினார்கள். குறிப்புக் காகிதத்தைக் காட்டி, சினிமா விளம்பர ஜன்னலின் கண்ணாடியை உடைத்ததற்காக

நான் ஐம்பது ரூபிள் தந்ததாக மறுபடி தஸ்தாவேஜில் குறித்தார்கள்."

"அவன் பெரிய பையன்களோடு அடித்துக் கொண்டதைப் பற்றிச் சொல்லு. சிகரெட்டால் மெத்தைப் போர்வையை அவன் பொசுக்கியதையும் வீடு முழுவதும் நெருப்புக்கு இரையாகாமல் மயிரிழை தப்பியதையும் விவரி" என்று தூண்டினாள் இன்னொரு உறவுகாரி.

"சிகரெட்டுக்குப் பணம் அவனுக்கு எங்கிருந்து கிடைக்கிறது?" என்று கேட்டார் காப்டன் மாமா.

வாஸ்யா இழை இழையாகப் படிய வாரி விட்டுக் கொண்டு, அடக்கமாக, முழங்கால் மீது முழங்கையை ஊன்றி, உள்ளங்கையில் கன்னத்தை வைத்தவாறு உட்கார்ந்திருந்தான்.

"ஏனடா உதவாக்கரைப் பயலே, உன்னைத்தான் கேட்கிறேன் - பணம் எங்கிருந்து கிடைக்கிறது உனக்கு?" என்று தமது மென்மையான குரலில் கேட்டார் மாமா.

"அம்மா தருகிறாள்" என்று மூக்கை உறிஞ்சிக் கொண்டே சொன்னான் வாஸ்யா.

"மன்னித்துக்கொள், போல்யா, எனக்கு இது விளங்கவில்லை" என்றார் மாமா.

வாஸ்யாவின் தாய் வீரிட்டு அழலானாள்.

"உன்னுடைய பள்ளிக்கூட நாட்குறிப்பைக் காட்டு பார்ப்போம்" என்று உத்தரவிட்டார் மாமா.

வாஸ்யா எழுந்து நாட்குறிப்பைக் கொண்டு வந்தான். மாமா கண்களைச் சுருக்கிக் கொண்டு அதன் பக்கங்களைப் புரட்டினார். பின்பு "கயவாளிப் பயலே. தடிமாடு" என்று மென்மையாகக் கூறினார்.

நாட்குறிப்பை மேஜைமேல் கடாசினார், கைக்குட்டையை வெளியே எடுத்து விசிறிக்கொள்ளத் தொடங்கினார்.

"ஊம். வருத்தமாயிருக்கிறது. இவனுக்கு நல்லது பண்ண விரும்பினாயானால் கண்டிப்பும் காறுபாறுமாக இருக்க வேண்டியது உன் கடமை. என் நீனாவை எடுத்துக் கொள்...

பெண்களை அருமையாகப் பயிற்றி வளர்த்திருக்கிறாள்! கட்டுப்பாடு உள்ளவர்கள், பியானோ கற்றுக்கொள்கிறர்கள். ஏன்? ஏனென்றால் அவள் அவர்களைக் கண்டிப்பும் காறுபாறுமாக வளர்க்கிறாள்" என்றார்.

"பெண்களை வளர்ப்பது சுலபம்! பெண்கள் பையன்களைப் போல் அல்ல!" என்று ஒரே குரலில் சேர்ந்து பாடினார்கள் உறவினர்கள்.

"நீயே பாரேன் கோஸ்த்யா. அவள் அவனுக்குப் பணம் கொடுக்காவிட்டால் அவளைக் கேட்காமலே பையிலிருந்து எடுத்துக் கொண்டுவிடுகின்றான்" என்றாள் மெத்தைப் போர்வை பற்றிக் கோள்மூட்டிய அதே உறவுகாரி.

வாஸ்யாவின் தாய் இன்னும் அதிகமாக அலறத் தொடங்கினாள்.

"பின்னே நான் யாரிடமிருந்து எடுத்துக் கொள்வதாம்? பிறத்தியாரிடமிருந்தா? ஊம்?" என்று கேட்டான் வாஸ்யா.

"வெளியே போ இங்கிருந்து!" என்று மூக்கால் கத்திவிட்டு எழுந்தார் மாமா...

"அடிக்கப் போகிறார்" என்று ஷூரிக் ஸெர்யோஷாவின் காதோடு சொன்னான். மளக்கென்று முறியும் சத்தம் கேட்டது. அவர்கள் உட்கார்ந்திருந்த கிளை சரசரப்புடன் கீழே சரிந்தது. அதோடு ஸெர்யோஷாவும் ஷூரிக்கைத் தன்னுடன் இழுத்துக் கொண்டு கீழே சரிந்தான்.

"என்னிடம் அழுது புலம்பலாம் என்று எண்ணாதே" என்று தரையில் கிடந்தபடியே கூறினன் ஷூரிக்.

அடிபட்ட இடங்களைத் தடவிக்கொண்டே இருவரும் எழுந்தார்கள். வாஸ்யா வேலி வழியே பார்த்து விஷயத்தைப் புரிந்துகொண்டான்.

"வேவு பார்க்கிறீர்களா! இதற்கு நன்றாகக் கொடுக்கிறேன் உங்களுக்கு" என்று கறுவினான்.

தங்கம் பளிச்சிடும் வெள்ளை உருவம் ஜன்னல் ஒளியில் வாஸ்யாவின் பின்னே தோன்றியது.

“அந்த சிகரெட்டுக்களை இப்படிக் கொடடா, மடமட்டி” என்றது.

ஸெர்யோஷாவும் ஷூரிக்கும் நொண்டியபடி காய்கறித் தோட்டத்தில் நடந்து கொண்டே திரும்பிப் பார்த்தார்கள். வாஸ்யா சிகரெட் பாக்கெட்டைக் கொடுத்ததையும் மாமா அதை உடனேயே கிழித்து, சிகரெட்டுக்களை முறித்துத் தூளாக்கியதையும் பின்பு வாஸ்யாவின் சட்டைக் காலரைப் பற்றி வீட்டுக்குள் இழுத்துச் சென்றதையும் கண்டார்கள்...

காலையில் வீடு பூட்டப்பட்டுக் கிடந்தது. பல பலவென்று விடியுமுன்பே எல்லோரும் ச்காலவ் கூட்டுப்பண்ணையில் உள்ள உறவினர்கள் வீட்டுக்குப் போய்விட்டதாக லீதா தகவல் தெரிவித்தாள். அன்று முழுவதும் அவர்களைக் காணவில்லை. அடுத்த நாள் காலையிலும் வாஸ்யாவின் தாயார் தேம்பிக்கொண்டே வீட்டைப் பூட்டிவிட்டுக் கண்ணீர் மல்க வேலைக்குப் போனாள். முந்திய இரவு வாஸ்யா மாமாவுடன் போய்விட்டான் - ஒரேயடியாக. அவனைச் சீர்படுத்தி நகீமவ் கடற்படைப் பள்ளியில் சேர்ப்பதற்காக மாமா தம்முடன் அவனை அழைத்துச் சென்றுவிட்டார். தாயாரின் பையிலிருந்து பணத்தை எடுத்துக் கொண்டதும் சினிமா விளம்பரக் கண்ணாடியை உடைத்ததும் காரணமாக வாஸ்யாவுக்கு அடித்தது இப்பேர்ப்பட்ட அதிர்ஷ்டம்.

வாஸ்யாவின் தாய் பாஷா அத்தையிடம் சொன்னாள்:

“இதெல்லாம் உறவுக்காரர்கள் செய்த வேலை. பையன் ஏதோ தேர்ந்த குற்றவாளி என்று படும் வகையில் கோஸ்த்யாவிடம் அவனைச் சித்திரித்து விட்டார்கள். அப்படி என்ன, அவன் பொல்லாத பையனா? உங்களுக்கு நினைவிருக்கிறதா, அவன் விறகு பிளந்து ஒரு மீட்டர் உயரத்துக்கு அடுக்கி விட்டானே. சுவர்க் காகிதங்களை என்னோடு சேர்ந்து ஒட்டினானே. இப்போது நான் இல்லாமல் எப்படித்தான் அவன்...”

அவள் அரற்றத் தொடங்கினாள்.

“அவர்களுக்கு என்ன வந்தது. சொந்த மகனா பாழ் போகிறது! அவனுக்கோ, இலையுதிர் காலம் வர வேண்டியதுதான், கழுத்திலே கொப்புளம் கிளம்பிவிடும். அங்கே யாருக்கு இதிலே கவலை...” என்று புலம்பினாள்.

பின்னால் விளிம்பு வைத்த தொப்பி அணிந்த எந்தப் பையனைக் கண்டாலும் அவளால் தாங்க முடியாது, அழத் தொடங்கிவிடுவாள். ஸெர்யோஷாவையும் ஷூரிக்கையும் ஒரு நாள் தன் வீட்டுக்கு அழைத்து வாஸ்யா சின்ன வயதில் எப்படி இருந்தான் என்று வருணித்தாள். தன் சகோதரர் காப்டன் பரிசளித்த புகைப்படங்களை அவர்களுக்குக் காட்டினாள். கடற்கரைப் பட்டணங்கள், வாழைத் தோப்புக்கள், தொன்மைக்காலக் கட்டிடங்கள், கப்பல் மேல்தட்டில் மாலுமிகள், யானை மேல் சவாரி செய்யும் மனிதர்கள், அலைகளைக் கிழித்துக்கொண்டு செல்லும் மோட்டார்ப் படகு, சிலம்புகள் அணிந்த நடன மாது, பருத்த உதடுகளும் சுருண்ட தலைமயிரும் கொண்ட கறுப்புச் சிறுவர்கள் ஆகிய பல காட்சிகள் அவற்றில் இருந்தன. எல்லாம் அறிமுகமற்றவை. எல்லாவற்றையும் பற்றி அவற்றின் பெயர்கள் என்ன என்று கேட்டாக வேண்டும். அனேகமாக எல்லாப் படங்களிலும் இருந்தது கடல் எல்லையற்ற, வானத்துடன் ஒன்று கலக்கும் பெருவெளி, உயிரோட்டமுள்ள இயல்பான நீர், நுரைகளின் பளிச்சிடும் தூவான மூட்டம். அறிமுகமற்ற இந்த உலகம் ஆழ்ந்த, வசீகரமான இசை ஒலித்தது - ரோஜா நிறச் சங்கைக் காதருகே வைத்துக் கொண்டால் ஒலிக்குமே, அது போல...

வாஸ்யா வீட்டுத் தோட்டம் இப்போது வெறிச்சோடிச் சந்தடியற்று இருந்தது. இது ஒரு வகையில் பொதுத் தோட்டம் ஆகிவிட்டது. போய் நாள் முழுதும் விளையாடிக் கொண்டிருந்தாலும், கத்துவதற்கோ, வெளியே துரத்துவதற்கோ யாரும் இல்லை. தோட்டச் சொந்தக்காரன் போய்விட்டான் பாட்டு இசைக்கும் ரோஜா நிற உலகத்துக்கு. ஸெர்யோஷாவும் ஒரு காலத்தில் அங்கு போகத்தான் போகிறான்.

வாஸ்யாவின் மாமாவுடைய அறிமுகத்தால் ஏற்பட்ட விளைவுகள்

கலீனின் வீதிக்கும் தால்னயா வீதிக்கும் இடையே மர்மமான தொடர்புகள் ஏற்பட்டன. பேச்சுவார்த்தைகள் நடந்தன. ஷூரிக் அங்கும் இங்குமாகப் போய் வந்து,

பாடுபடுவதும் ஸெர்யோஷாவுக்குச் செய்தி கொணர்வதுமாக இருந்தான். சிந்தனையில் ஆழ்ந்தவனாக அவன் பழுப்பேறிய கட்டுமஸ்தான கால்களால் விடுவிடென்று நடந்தான். அவனது கருவிழிகளோ, நாற்புறமும் கணைகள் வீசின. அவற்றின் இயல்பே அப்படி: ஷூரிக்கின் மனதில் ஒரு புதிய கருத்து உதித்ததுமே அவனது விழிகள் இடமும் வலமுமாகக் கணைகள் எறியத் தொடங்கிவிடும். ஷூரிக்குக்குப் புதிய யோசனை தோன்றியிருக்கிறது என்பது எல்லோருக்கும் தெரிந்துவிடும். தாயார் கவலைப்படுவாள், தகப்பன், அதாவது காரோட்டி திமோகின், முன்னதாகவே இடுப்புவாரைக் காட்டி ஷூரிக்கை அச்சுறுத்துவான். ஏனென்றால் ஷூரிக்கின் யோசனைகள் எப்போதுமே குறும்புத்தனம் நிறைந்தவையாக இருக்கும். எனவேதான் தாய் தகப்பனுக்குக் கலவரம் உண்டாகும். தங்கள் மகன் ஆயுளுடன் ஆரோக்கியமாக இருக்கவேண்டும் என்று அவர்கள் ஆசைப்படுவது சகஜம்தானே.

இடுப்புவார் ஷூரிக்குக்கு ஒரு பொருட்டே அல்ல. கலீனின் வீதிப் பையன்கள் பச்சை குத்திக் கொள்வதற்கு ஆயத்தம் செய்து கொண்டிருக்கும் பொழுது இடுப்புவாருக்குப் பயந்தால் நடக்குமா? அவர்கள் ஒழுங்கமைப்புடன் கூட்டாகச் சேர்ந்து இதற்கு ஏற்பாடுகள் செய்து கொண்டிருந்தார்கள். சைத்தான்கள். வாஸ்யாவின் மாமா உடம்பில் எங்கே, எந்த மாதிரிப் பச்சை குத்தியிருக்கிறது என்று ஒரு விவரம் பாக்கியில்லாமல் ஷூரிக்கையும் ஸெர்யோஷாவையும் தூண்டித் துளைத்துத் தெரிந்துகொண்டார்கள், ஷூரிக்கும் ஸெர்யோஷாவும் சொன்னபடி சித்திரங்கள் வரைந்து கொண்டார்கள், இப்போது என்னடாவென்றால் ஷூரிக்கையும் ஸெர்யோஷாவையும் தங்களோடு கூட்டுச் சேர்த்துக்கொள்ள மாட்டார்களாம். "இந்த மாதிரிப் பொடிப் பயல்களுக்கு இடமேது?" என்று கையை விரிக்கிறார்கள். பிசாசுகள். உலகத்திலே நியாயம் எங்கேதான் இருக்கிறது?

யாரிடமும் முறையிடவும் வகையில்லை. அவர்கள் சத்தியம் பண்ணிக் கொடுத்தாயிற்று - உலகம் பூராவிலும், அதாவது தால்னயா வீதியில், யாரிடமுமே சொல்ல மாட்டோம் என்று. தால்னயா வீதியிலோ வசிக்கிறாள் பிரசித்திபெற்ற கோள்சொல்லி லீதா. அவளுக்கு அதனால்

கால் காசுக்குப் பிரயோஜனம் கிடையாது என்றாலும் வெறுமே தீங்கு செய்யும் மனப்பான்மை காரணமாகவே பெரியவர்களுக்குத் தூபம் போட்டு விடுவாள். அவர்கள் கூச்சல் கிளப்புவார்கள், பள்ளிக்கூடம் தலையிடும், ஆசிரியர் கழகத்திலும் பெற்றோர் கூட்டத்திலும் மண்டை உருளும், காரியரீதியான நடவடிக்கைகளுக்குப் பதில் ஏக்கம் பிடித்த இழுத்தடிப்புதான் மிஞ்சும்.

இந்தக் காரணத்தினால் கலீனின் வீதிக்காரர்கள் தங்கள் திட்டங்களை தால்னயா வீதியாரிடமிருந்து மறைத்தார்கள். ஆனால் ஷூரிக்கிடமிருந்து மறைத்துவிட முடியுமா லேசாக? போதாக் குறைக்குப் படங்களையும் அவன் பார்த்திருந்தான். திட்டம் வரையும் காகிதங்களிலும் தோல் காகிதங்களிலும் தீட்டப்பட்டிருந்தன ஆடம்பரமான படங்கள்.

“அவர்கள் தாங்களாக வேறு கற்பனை செய்திருக்கிறார்கள். ஆகாயவிமானம், நீர் பீச்சும் திமிங்கிலம், சில கோஷுங்கள். மேலே காகிதத்தை வைப்பார்கள், படத்துக்கு இசையக் குண்டூசியால் குத்துவார்கள். அருமையாக வர வேண்டும் கட்டாயம்” என்று ஸெர்யோஷாவிடம் சொன்னான் ஷூரிக்.

ஸெர்யோஷாவின் நெஞ்சு துணுக்குற்றது. குண்டூசியாலா!...

ஆனால் ஷூரிக்கால் தாங்க முடிவதை ஸெர்யோஷாவாலும் தாங்க முடியும்.

கலங்கா உறுதியைக் காட்டும் நடிப்புடன், “ஆமாம்! அருமையாக வரவேண்டும், கட்டாயம்” என்றான்.

ஷூரிக்குக்கும் ஸெர்யோஷாவுக்கும் திமிங்கிலம் மட்டுமல்ல, சிறு கோஷுங்கூடப் பச்சை குத்துவதற்குக் கலீனின் வீதிப் பையன்கள் மறுத்து விட்டார்கள். ஷூரிக் வீடு வீடாகக் கதவைத் தட்டியதும் உறுதி கூறியதும் கெஞ்சிக்கூத்தாடியதும் எல்லாம் வீணாயிற்று.

“அட நீங்கள் ஒன்று! என்ன, வேடிக்கை செய்கிறாயா? நடையைக் கட்டு!” என்று சொல்லி விட்டார்கள்.

விரட்ட ஆரம்பித்தார்கள். நிலைமை படுமோசம் ஆகிவிட்டது. இதற்குள் ஷூரிக் அர்ஸேன்தியைத் தன் சார்பில் திருப்பிவிட்டான்.

அர்ஸேன்திய் மேல் எல்லாப் பெற்றோர்களுக்கும் ஒரே மோகம். எல்லாப் பாடங்களிலும் சிறந்த மார்க்குகள் வாங்குவான். புத்தகப் புழு. துப்புரவாக இருப்பான். அவனுக்குப் பிரமாதச் செல்வாக்கு. எல்லாவற்றுக்கும் மேல் அவனுக்கு மனச்சாட்சி உண்டு.

பலவாறாகக் கிண்டல் செய்த பிறகு அவன், “இவர்களுடைய தொண்டுகளைக் குறிப்பிடுவது அவசியம் என்று நான் நினைக்கிறேன். ஆளுக்கு ஒரு எழுத்து குத்திவிடுவோம். பெயரின் முதல் எழுத்து” எனக் கூறிவிட்டு, “உனக்குச் சம்மதமா?” என்று ஷூரிக்கிடம் கேட்டான்.

“இல்லை. ஒரு எழுத்து எங்களுக்குச் சம்மதம் இல்லை” என்றான் ஷூரிக்.

“அப்படியானால் போங்கள் அப்பாலே. உங்களுக்கு ஒன்றுமே கிடையாது” என்றான் ஐந்தாம் வகுப்புப் பயில்வான் வலேரிய்.

ஷூரிக் அப்பால் போனான். ஆனால் வேறு வழியில்லை. திரும்பி வந்து, “சரி, ஒரு எழுத்தே இருக்கட்டும். தனக்கு “ஷூ”வும் ஸெர்யோஷாவுக்கு “ஸெ”யும். ஆனால் ஒன்று, எல்லாம் முறையாகச் செய்ய வேண்டும், மோசடி இல்லாமல் என்று உடன்பாடு செய்துகொண்டான். அடுத்த நாள் எல்லாம் நடந்தாக வேண்டியிருந்தது, வலேரியின் வீட்டில் - அவன் தாய் வேலை நிமித்தமாக வெளியூர் போயிருந்தாள்.

குறித்த நேரத்தில் ஷூரிக்கும் ஸெர்யோஷாவும் வலேரியின் வீட்டுக்குப் போய்ச் சேர்ந்தார்கள். வலேரியின் தங்கை லரீஸா வாயிற்படியில் உட்கார்ந்து கித்தான் துணியில் சித்திரத் தையல் செய்து கொண்டிருந்தாள். வெளியார் எவரேனும் வந்தால் வீட்டில் ஒருவரும் இல்லை என்று சொல்வதற்காக அவள் அங்கே உட்கார வைக்கப்பட்டிருந்தாள். சிறுவர்கள் பின் முற்றத்தில் குளியறையின் பக்கத்தில் குழுமியிருந்தார்கள். எல்லோரும் பையன்கள், ஐந்தாம் வகுப்பையும் ஆறாம் வகுப்பையும்கூடச் சேர்ந்தவர்கள். ஒரே ஒரு சிறுமி மட்டுமே இருந்தாள். பருத்த உடலும் வெளிறிய நிறமும் ஆழ்ந்த முகத் தோற்றமும் வெளிறித் தொங்கும் தடித்த கீழுதடும் கொண்டவள் இவள். இந்தத் தொங்கும் உதடுதான்

அவளுடைய முகத்துக்கு இம்மாதிரி ஆழ்ந்த, பெருமிதத் தோற்றம் அளிப்பது போலவும், அவள் அதை இழுத்துச் சேர்த்து வைத்துக்கொண்டால் ஆழ்ந்த தோற்றமும் பெருமிதமும் அவளுக்குக் கொஞ்சங்கூட இருக்காது போலவும் தோன்றியது. காப்பா என்று அழைக்கப்பட்ட இந்தப் பெண் கத்தரிக்கோலால் பட்டித் துணிகள் கத்தரித்து முக்காலி மேல் ஒழுங்காக வைத்துக் கொண்டிருந்தாள். பள்ளிக்கூடத்தில் காப்பா துப்புரவுக் குழு உறுப்பினள். முக்காலி மேல் அவள் சுத்தமான துணி விரித்திருந்தாள்.

புகைபடிந்த குறுகிய குளியலறையின் விட்டத்தை அடுத்து மங்கிய சிறு ஜன்னல் இருந்தது. அறை நிலைக் கதவை ஒட்டி உயரமற்ற ஒரு வெட்டுக் கட்டை நிறுத்தப்பட்டிருந்தது. பெஞ்சி மீது படங்கள் குழல்களாகச் சுருட்டப்பட்டுக் கிடந்தன. பையன்கள் உள்ளே வந்து படங்களைப் பார்வையிட்டார்கள், விவாதித்தார்கள், குதூகலமாக, மனநிறைவுடன் திட்டிக் கொண்டார்கள். ஒவ்வொருவனும் தனக்குப் பிடித்த படத்தைப் பொறுக்கிக் கொண்டான். சச்சரவுகள் ஏற்படவில்லை, ஏனென்றால் ஒரே படத்தைக் கொண்டு எத்தனை பேருக்கு வேண்டுமானாலும் பச்சை குத்தலாமே. ஷூரிக்கும் ஸெர்யோஷாவும் தொலைவிலிருந்தபடியே படங்களை நோக்கினார்கள். பெஞ்சி மேலிருந்து இஷ்டம்போல எடுத்துப் பார்க்க அவர்களுக்குத் தயக்கமாயிருந்தது. மற்றப் பையன்கள் மிகவும் பெரியவர்களாகவும் கட்டற்றவர்களாகவும் கெட்டிக்காரத்தனம் பளிச்சிடுபவர்களாகவும் இருந்தார்கள்.

அர்ஸேன்திய் ஆறாவது பாடத்துக்குப் பிறகு வகுப்பிலிருந்து நேராக, புஸ்தகப் பையும் கையுமாக வந்து சேர்ந்தான். தனக்கு முதல் இடம் விட்டுத் தரும்படி அவன் கோரினான். வீட்டுப் பாடங்கள் நிறையத் தரப்பட்டிருப்பதாகவும், கட்டுரை எழுதுவதுடன் பூகோளத்தில் பெரிய பகுதியைப் படித்துத் தயார் செய்துகொள்ள வேண்டியிருப்பதாகவும் சொன்னான். அவனுடைய சுறுசுறுப்புக்கு மரியாதை காட்டும் வகையில் அவனுக்கு முதல் இடம் கொடுக்கப்பட்டது. புஸ்தகப் பையைக் கச்சிதமாக ஓர் இடத்தில் வைத்து விட்டுப் புன்னகையுடன் சட்டையைக் கழற்றி, இடுப்புவரை திறந்த மேனியனாகக் கட்டை மேல் வாசற்புறம் முதுகைக் காட்டியபடி உட்கார்ந்தான் அர்ஸேன்திய்.

பெரிய பையன்கள் அவனைச் சூழ்ந்துகொண்டார்கள். ஸெர்யோஷாவும் ஷூரிக்கும் குளியலறையிலிருந்து முற்றத்துக்கு விரட்டப்பட்டார்கள். அவர்கள் எவ்வளவு எம்பியும் அவர்களுக்கு ஒன்றுமே தென்படவில்லை. பேச்சு அடங்கிவிட்டது. காகிதங்களின் சரசரப்பும் முடமுடப்பும் கேட்டன. சற்றுப் பொறுத்து வலேரியின் குரல் ஒலித்தது:

“காப்பா! லரீஸாவிடம் ஓடிப் போய் ஒரு துவாலை கேட்டு வாங்கிவா.”

ஆழ்ந்த தோற்றமுள்ள காப்பா தொங்கும் கீழுதடு ஓடுகையில் அசையப் பாய்ந்து துவாலையை எடுத்து வந்து மற்றப் பையன்களின் தலைகளுக்கு மேலாக வலேரியிடம் விட்டெறிந்தாள்.

“துவாலை எதற்காக? ஷூரிக்! எதற்காகத் துவாலை” என்று எம்பிக் குதித்தபடியே கேட்டான் ஸெர்யோஷா.

“இரத்தம் பெருகுகிறது போலிருக்கிறது'' என்று கிளர்ச்சியோடு சொல்லிவிட்டு, நடப்பது என்ன என்று பார்க்கும் பொருட்டுப் பையன்களுக்கிடையே தலையை நுழைக்க முயன்றான் ஷூரிக். ஒரு நெடிய பையன் கடுகடுப்பான முகத்தை அவன் புறம் திருப்பி, “இந்தா, இங்கே சேட்டை பண்ணக் கூடாது!” என்று தணிந்த குரலில் அச்சுறுத்தும் தோரணையில் சொன்னான்.

நிசப்தம் முடிவின்றி நீண்டது. நடப்பது என்ன என்று தெரியாமையால் எல்லையற்ற சோர்வு உண்டாயிற்று. ஸெர்யோஷா களைத்துச் சலித்துப் போய், தட்டாம் பூச்சியைப் பிடித்தான், வலேரிய் வீட்டு வெளி முகப்பையும் லரீஸாவையும் நோட்டமிட்டான்... கடைசியில் பையன்கள் பேசலானார்கள், நடமாடத் தொடங்கினார்கள், விலகி வழிவிட்டார்கள். அர்ஸேன்திய் வெளியே வந்தான். அடேயப்பா! அடையாளங் காண முடியாதபடி, பயங்கரமாக, கழுத்து முதல் இடுப்பு வரை ஊதா நிறமாகக் காட்சி தந்தான்! அவனுடைய வெண்மையான மார்பும் வெண் முதுகும் எங்கே? இடுப்பைச் சுற்றிக் கட்டியிருந்த துவாலையை இரத்தமும் மையும் கறைப்படுத்தியிருந்தன! முகமோ ஒரேயடியாக வெளுத்திருந்தது, ஆனால் அவன் புன்னகை

செய்துகொண்டிருந்தான் - வீரன் அர்ஸேன்திய்! உறுதியாக அடி வைத்துக் காப்பாவிடம் சென்று, துவாலையை அகற்றிவிட்டு, "பட்டிகளை இறுக்கக் கட்டு" என்று சொன்னான்.

"சின்னப் பயல்களுக்குச் செய்து முடித்து விடுவோமே. இல்லாவிட்டால் கலவரம் உண்டாக்குவார்களோ என்னவோ. சின்னப் பயல்களுக்குச் செய்து முடித்து விடுவோம்" என்று ஒருவன் கூறினான்.

வலேரிய் ஊதாக் கைகளுடன் குளியறையிலிருந்து வெளியே வந்து, "நீங்கள் எங்கேயடா, பயல்களா? எண்ணத்தை மாற்றிக்கொண்டு விடவில்லையே? ஊம், வாருங்கள் சட்டென" என்றான்.

"எண்ணத்தை மாற்றிக்கொண்டுவிட்டோம்" என்று எப்படிச் சொல்வது? இதோ அர்ஸேன்திய் இரத்தமும் மையும் கசிய நின்று கொண்டு நம்மைப் புன்னகையுடன் பார்த்துக் கொண்டிருக்கும்போது, இப்படிச் சொல்லத் துணிவு எவ்வாறு வரும்?

"ஒரு எழுத்துக்கு நேரமாகாது" என்று எண்ணிக்கொண்டான் ஸெர்யோஷா.

வெறுமையாகிவிட்ட குளியறைக்குள் ஷூரிக்கின் பின்னே போனான். பெரிய பையன்கள் அர்ஸேன்தியுக்குக் காப்பா பட்டி கட்டுவதைப் பார்த்துக் கொண்டிருந்தார்கள். வலேரிய் வெட்டுக் கட்டை மேல் உட்கார்ந்து, "யாருக்கு எந்த எழுத்து?" என்று கேட்டான்.

"எனக்கு "ஷூ", துவாலை வேண்டாமா?" என்று வினவினான் ஷூரிக்.

"கறை ஒன்றும் படாது. கையில்தான் குத்தப் போகிறேன்" என்றான் வலேரிய்.

ஷூரிக்கின் கையைப் பிடித்துக்கொண்டு முழங்கைக்குக் கீழே குண்டூசியால் குத்தினான். ஷூரிக் திடுக்கிட்டுத் துள்ளி, "ஐயோ!" என்று கத்தினான்.

"ஐயோ என்றால் வீட்டுக்குப் போ" என்று சொல்லி இன்னும் ஒரு முறை குத்தினான் வலேரிய். "உனக்குச் சிலாம்பு

குத்திக் கொண்டிருக்கிறது, நான் அதை எடுக்கிறேன் என்று நினைத்துக் கொள். அப்போது வலிக்காது” என்று யோசனை கூறினான்.

ஷூரிக் பல்லைக் கடித்துக்கொண்டு பொறுத்துக் கொண்டான். கால்களை மட்டும் ஒன்று மாற்றி ஒன்றாகத் தொப்புத்தொப்பென்று வைத்துக் குதித்தான், கையில் ஊதினான். அதில் ஒன்றன் பின் ஒன்றாக இரத்தத் துளிகள் சிவப்புப் புள்ளிகளாகக் கிளம்பின. புள்ளிகளுக்கு இடையிலிருந்த தோலை வலேரிய் குண்டூசியால் குத்திக் கிழித்தான். ஷூரிக் துள்ளிக் குதித்தான், பலங்கொண்ட மட்டும் ஊதினான். இரத்தம் தாரையாகப் பெருகிற்று..

“சபாஷ் ஷூரிக். கத்தவில்லை. நானும் கத்த மாட்டேன். ஐயையோ, ஓடக் கூடாதே, எல்லோரும் கேலிசெய்வார்களே, நான் கோழை என்று ஷூரிக் சொல்லுவானே...” பெரிய கண்களால் இரத்தத்தை ஒரே நிலையாகப் பார்த்துக்கொண்டே இவ்வாறு எண்ணமிட்டான் ஸெர்யோஷா.

வலேரிய் பெஞ்சி மேலிருந்து மையை எடுத்துத் தூரிகையால் ஷூரிக்கின் கையில் நேரே இரத்தத்தின் மேல் தீற்றினன்.

“ஆயிற்று! அடுத்தவன்!” என்றான்.

ஸெர்யோஷா முன்னே அடி வைத்துக் கையை நீட்டினான்.

...இது நடந்தது கோடைகால முடிவில். அப்போதுதான் பள்ளிக்கூடம் திறந்திருந்தது. பகல்கள் கதகதப்பாக, மயக்கும் பொன்னொளியுடன் திகழ்ந்தன. இப்போதோ, இலையுதிர் காலம். ஜன்னலுக்கு வெளியே வானம் கருங்குருமென்று இருந்தது. பாஷா அத்தை வெள்ளைக் காகிதப் பட்டைகளை ஜன்னல் சட்டங்கள்மேல் ஒட்டி, ஜன்னல்களின் இரட்டை வரிசைக் கதவுகளுக்கு நடுவிலுள்ள வெற்றிடத்தில் குளிர் காற்று அறைக்குள் வராதிருப்பதற்காகப் பஞ்சைப் பரப்பி உப்பு நிறைத்த தம்ளர்களை வைத்தாள் - ஈரத்தை உறிஞ் சுவதற்காக...

ஸெர்யோஷா கட்டிலில் படுத்திருந்தான். அதன் அருகே இரண்டு நாற்காலிகள் போடப்பட்டிருந்தன. ஒன்றில் விளையாட்டுச் சாமான்கள் குவித்திருந்தன. மற்றதில்

ஸெர்யோஷா விளையாடினான். நாற்காலியில் விளையாடுவது நன்றாகவே இல்லை. டாங்கியைத் திருப்பக்கூட இடம் பற்றவில்லை. எதிரியை நெருக்கிப் பின்னுக்குத் தள்ள வேண்டுமென்றால் இடமே கிடையாது. நாற்காலி முதுகுவரை போகலாம், அவ்வளவுதான். இதுவும் ஒரு சண்டையா?

மை அப்பி, வீங்கிக் காந்திய இடது கையை வலது கையால் தாங்கிப் பிடித்துக்கொண்டு ஸெர்யோஷா வலேரியின் குளியறையிலிருந்து வெளிவந்தது முதல் தொடங்கிவிட்டது நோய். குளியறையிலிருந்து வெளிவந்ததுமே வெளிச்சத்திலிருந்து கறுப்பு வட்டங்கள் கண்களுக்கு எதிரே பாய்ந்து வந்தன. யாரோ புகைத்துக் கொண்டிருந்த சிகரெட்டின் நாற்றத்தை மூச்சிழுத்தான். அவனுக்குக் குமட்டல் எடுத்தது... புல் மீது படுத்தான். கட்டியிருந்த பட்டிக்குள் கை கொடிய வேதனை தந்து அழன்றது. ஷூரிக்கும் இன்னொரு பையனும் அவனை வீட்டுக்குக் கொண்டு விட்டார்கள். அவன் முழுக்கைச் சட்டை அணிந்திருந்தபடியால் பாஷா அத்தை எதையும் கவனிக்கவில்லை. பேசாமல் வீட்டுக்குள் போய்க் கட்டிலில் படுத்துக் கொண்டான்.

ஆனால் விரைவிலேயே வாந்தியும் காய்ச்சலும் தொடங்கின. பாஷா அத்தை திடுக்கிட்டுப் போய், பள்ளிக்கூடத்திலிருந்த அம்மாவுக்குத் தொலைபேசி மூலம் தகவல் தெரிவித்தாள். அம்மா ஓடோடி வந்தாள், மருத்துவர் வந்தார், ஸெர்யோஷாவின் உடைகளைக் களைந்தார்கள், பட்டியை அவிழ்த்தார்கள், திகைத்தார்கள், கேள்விகள் கேட்டார்கள். அவனோ, ஒன்றும் பதில் சொல்லவில்லை. அருவருப்பான, குமட்டச் செய்யும் காட்சிகளைக் கனவில் கண்டான்: வலிய பெரிய ஆள் ஒருவன்,சிவப்பு பனியன் அணிந்துகொண்டு ஊதா நிறமான வெறுங்கையுடன் காணப்பட்டான். கையிலிருந்து அசிங்கமான மை நாற்றம் அடித்தது. வெட்டுக் கட்டை - அதன் மேல் இறைச்சியைத் துண்டு போடுவதுண்டு. இரத்தக் கறைகளுடன் வைது திட்டிக் கொள்ளும் சிறுவர்கள்... தான் கண்டவற்றை அவன் விவரித்தான், தன்னுணர்வு இல்லாமலே. ஆக, பெரியவர்களுக்கு எல்லாம் விளங்கிவிட்டது.

எல்லோரும் ஸெர்யோஷாவிடம் கனிவும் பரிவும் காட்டினார்கள், அதே சமயம் வலேரியைவிட மோசமாக

அவனைச் சித்திரவதை செய்தார்கள். முக்கியமாக மருத்துவர். மனிதத்தன்மை இல்லாமல் அவர் ஸெர்யோஷாவுக்குப் பெனிஸிலின் ஊசி போட்டார். வலியினால் அழாத ஸெர்யோஷா இந்த அவமதிப்பு காரணமாக, அவமதிப்பை எதிர்க்கத் தனக்குச் சக்தி இல்லாதது காரணமாக, தனது நாணம் அவமதிக்கப்பட்டுவிட்டது காரணமாக வீரிட்டான். மருத்துவருக்குத் தாம் செய்தது மட்டும் போதவில்லை. வெள்ளை நீளங்கி அணிந்த தீய மாமி ஒருத்தியை - மருத்துவத் தாதியை - அனுப்பி வைத்தார். அவள் தனிப்பட்ட இயந்திரத்தால் ஸெர்யோஷாவின் விரல்களைக் கீறி அவற்றிலிருந்து இரத்தத்தைப் பிதுக்கி வெளியேற்றினாள். சித்திரவதைக்குப் பிறகு மருத்துவர் வேடிக்கை செய்தார், ஸெர்யோஷாவின் தலையைத் தடவினார் - இது ஏளனம் தவிர வேறில்லை.

...நாற்காலியில் விளையாடி அலுத்துப் போனதும் ஸெர்யோஷா படுத்துக்கொண்டு தன் கடினமான நிலைமையைப் பற்றி எண்ணமிடலானான். தன் கஷ்டகாலத்தின் மூலகாரணத்தைக் கண்டு பிடிக்க முயன்றான்.

"பச்சை குத்திக் கொண்டிராவிட்டால் எனக்கு உடம்புக்கு வந்திருக்காது. வாஸ்யாவின் மாமா அறிமுகம் ஆகியிராவிட்டால் நான் பச்சை குத்திக் கொண்டிருக்க மாட்டேன். அவர் வாஸ்யா வீட்டுக்கு வந்திருக்காவிட்டால் எனக்கு அவர் அறிமுகம் ஆகியிருக்க மாட்டார். அவர் மட்டும் வர விரும்பியிராவிட்டால் ஒன்றுமே நடந்திராது, நான் ஆரோக்கியமாக இருந்திருப்பேன்." - இப்படி ஓடிற்று அவனுடைய சிந்தனை.

வாஸ்யாவின் மாமாமேல் அவனுக்கு அன்பின்மை ஏற்படவில்லை. துன்பங்கள் ஒன்றன்பின் ஒன்றாக வருகின்றன. எப்பொழுது, எங்கிருந்து விபத்து வரும் என்று ஊகிக்க முடிவதில்லை. இதுதான் உலகரீதி போலிருக்கிறது.

பெரியவர்கள் அவனுக்கு வேடிக்கை காட்ட முயன்றார்கள். சிவப்பு மீன்கள் உள்ள மீன்தொட்டியை அம்மா அவனுக்குப் பரிசளித்தாள். மீன் தொட்டியில் நீர்ப் பூண்டுகள் வளர்ந்தன. மீன்களுக்கு டப்பியிலிருந்த தூளை இரையாகப் போட வேண்டியிருந்தது.

“குழந்தைக்குப் பிராணிகளிடம் ரொம்பப் பிரியம். இது அவனுக்குப் பொழுதுபோக்காய் இருக்கும்” என்றாள் அம்மா.

அவனுக்குப் பிராணிகளிடம் பிரியம் என்பது உண்மைதான். பூனை ஸாய்க்காவை அவன் நேசித்தான். வளர்ப்புக் காக்கை கால்யா - கால்யாவிடம் அன்பு பாராட்டினான். ஆனால் மீன்கள் பிராணிகளாகுமா?

ஸாய்க்கா மயிரடர்ந்தது, கதகதப்பானது. அது அப்படிக் கிழடு தட்டிக் கடுகடுப்புள்ளது ஆவதற்கு முன்புவரை அதனுடன் விளையாட முடிந்தது. கால்யா - கால்யா குதூகலமும் வேடிக்கையுமானது. அறையைச் சுற்றிப் பறக்கும். சிறு கரண்டிகளைத் திருடும். ஸெர்யோஷா அழைத்தால் பதிலுக்குக் கத்தும். மீன்களால் என்ன சந்தோஷம்? தொட்டிக்குள் நீந்தும். வால்களை அசைப்பது தவிர வேறு ஒன்றும் செய்ய அவற்றால் முடியாது. அம்மாவுக்கு இது புரியவில்லை.

ஸெர்யோஷாவுக்கு வேண்டும் பையன்கள், நல்ல விளையாட்டு, நல்ல பேச்சு. எல்லாப் பையன்களையும்விட அவனுக்கு வேண்டியவன் ஷூரிக். ஜன்னல் சட்டங்கள் காகிதம் ஒட்டப்படாமல், கதவுகள் திறந்திருந்த நாட்களில் ஷூரிக் அவன் அறை ஜன்னலடியில் வந்து நின்றுகொண்டு, ‘‘ஸெர்யோஷா! உடம்பு எப்படி இருக்கிறது?’’ என்று கேட்டான்.

“இங்கே வா! வா என்னிடம்!’’ என்று ஸெர்யோஷா படுக்கையில் துள்ளி எழுந்து மண்டியிட்டவாறு கத்தினான்.

“என்னை உன்னருகில் வர விட மாட்டார்கள். உடம்பைச் சொஸ்தப்படுத்திக் கொண்டு நீயே வெளியில் வா” என்றான் ஷூரிக் (அவன் உச்சி மண்டை ஜன்னல் குறட்டுக்கு மேலே தெரிந்தது).

“நீ என்ன செய்து கொண்டிருக்கிறாய்?” என்று கிளர்ச்சி பொங்கக் கேட்டான் ஸெர்யோஷா.

“அப்பா எனக்குப் புத்தகப்பை வாங்கியிருக்கிறார், பள்ளிக்கூடம் போவேன். பிறப்புச் சான்றிதழ் பள்ளிக்கூடத்தில் கொடுத்தாயிற்று. அர்ஸேன்தியக்கும் உடம்பு சரியாயில்லை.

மற்றவர்கள் ஒருவருக்கும் உடம்புக்கு வரவில்லை. எனக்கும் உடம்புக்கு வரவில்லை. வலேரியை வேறு பள்ளிக்கூடத்துக்கு மாற்றிவிட்டார்கள். இப்போது அவன் வெகுதூரம் நடக்க வேண்டும்" என்று தகவல் கொடுத்தான் ஷூரிக்.

ஒரே தடவையில் எத்தனை சேதிகள்!

"போய் வருகிறேன்! சீக்கிரம் குணமடைந்து வெளியே வா!" என்று ஷூரிக்கின் குரல் தொலைவிலிருந்து கேட்டது. பாஷா அத்தை வெளிமுகப்பில் தென்பட்டுவிட்டாள் போலிருக்கிறது...

ஐயோ, ஸெர்யோஷாவும் அங்கே, ஷூரிக்குடன் போக முடிந்தால் எவ்வளவு நன்றாயிருக்கும்! தெருவில்! உடம்புக்கு வருவதற்கு முன் அவன் வாழ்க்கை எவ்வளவு நேர்த்தியாயிருந்தது! எத்தகைய செல்வத்தை அவன் இழந்து விட்டான்!

விளங்க முடியாத விஷயம்

கடைசியில் ஸெர்யோஷாவைப் படுக்கையிலிருந்து எழுந் திருக்கவும் அப்புறம் வெளியே போகவும் அனுமதித்தார்கள். ஆனால் வீட்டிலிருந்து வெகு தூரம் போகவும் அண்டை வீடுகளுக்குச் செல்லவும் அவன் விடப்படவில்லை. மறுபடி ஏதேனும் நேர்ந்துவிடுமோ என்று வீட்டாருக்குப் பயம்.

மதியச் சாப்பாட்டு வேளை வரையில், அவனுடைய தோழர்கள் பள்ளிக்கூடத்தில் இருக்கும் வரையில் மட்டுமே ஸெர்யோஷா வெளியே விளையாட அனுமதிக்கப்பட்டான். ஷூரிக்கூட அவனுக்கு இன்னும் ஏழு வயது ஆகவில்லை என்றாலும் - பள்ளிக்கூடம் போகலானான். பச்சை குத்தல் விவகாரத்தின் காரணமாகவே அவனுடைய பெற்றோர் அவனைப் பள்ளிக்கு அனுப்பிவிட்டார்கள் - அதிக நேரம் அவன் கண்காணிப்பில் இருக்கட்டும், பயனுள்ள வேலை செய்யட்டும் என்று... ரொம்பச் சின்னவர்களோடு விளை யாடுவது ஸெர்யோஷாவுக்குச் சுவைப்படவில்லை.

ஒரு நாள் அவன் வெளிமுகப்புக்குப் போனவன், கொட்டகையில் பக்கத்தில் அடுக்கியிருந்த கட்டைகள் மேல் யாரோ வேற்றாள் கந்தல் குல்லா அணிந்து உட்கார்ந்திருக்கக் கண்டான். அந்த ஆளின் முகம் பிரஷ் போலிருந்தது. உடைகள் கிழிந்திருந்தன. அவன் உட்கார்ந்து கையால் சுற்றிய மிகச்சிறிய சிகரெட்டைப் புகைத்துக் கொண்டிருந்தான். அவனுடைய மஞ்சள் பாரித்துக் கறுத்த விரல்களுக்கு இடையே முழுவதும் நசுங்கியிருந்தது சிகரெட்டு - அவ்வளவு சிறியதாக இருந்தது அது. புகை நேரே விரல்களிலிருந்து கிளம்பிற்று. அந்த ஆள் சுட்டுக் கொள்ளாமல் எப்படித்தான் இருந்தானோ, ஆச்சரியம். மற்ற கை அழுக்குத் துணியால் சுற்றிக் கட்டப்பட்டிருந்தது. ஜோடுகளில் வார்களுக்குப் பதில் கயிறுகள் காணப்பட்டன. ஸெர்யோஷா எல்லாவற்றையும் பார்வையிட்டுவிட்டு, “நீங்கள் கொரஸ்தெல்யோவைப் பார்க்க வந்தீர்களா?” என்று கேட்டான்.

“எந்தக் கொரஸ்தெல்யோவை? ஒரு கொரஸ்தெல்யோவையும் எனக்குத் தெரியாது” என்றான் அந்த ஆள்.

“அப்படியானால் லுக்யானிச்சையா?”

“லுக்யானிச்சையும் அறியேன்.”

“அவர்கள் ஒருவரும் வீட்டில் இல்லை. பாஷா அத்தை மட்டும்தான் வீட்டில் இருக்கிறாள், நானும் இருக்கிறேன். உங்களுக்கு வலிக்கவில்லையா?’’ என்று கேட்டான் ஸெர்யோஷா.

“வலிப்பானேன்?”

“விரல்களைச் சுட்டுக்கொள்வீர்கள்.”

“ஓ!”

வேற்றாள் சிகரெட்டுப் புகையைக் கடைசி முறையாக இழுத்து விட்டு இம்மியளவான துண்டைத் தரையில் எறிந்து காலால் மிதித்தான்.

“இன்னொரு கையைச் சுட்டுக்கொண்டு விட்டீர்களோ?” என்று கேட்டான் ஸெர்யோஷா.

வேற்றாள் பதில் கூறாமல் கவலைதோய்ந்த உறுத்த விழிகளால் ஸெர்யோஷாவை நோக்கினான். "என்னத்தைப் பார்க்கிறார்?" என்று நினைத்தான் ஸெர்யோஷா.

"எப்படி வாழ்கிறீர்கள்? நன்றாகத்தானே?" என்று வினவினான் வேற்றாள்.

"நன்றி. நன்றாகவே வாழ்கிறோம்" என்றான் ஸெர்யோஷா.

"சாமான் செட்டு நிறையவோ?"

"எந்த மாதிரிச் சாமான்?"

"ஊம், உங்கள் வீட்டில் என்ன இருக்கிறது?"

"என்னிடம் சைக்கிள் இருக்கிறது. விளையாட்டுச் சாமான்கள் இருக்கின்றன. பல வகையானவை. சாவி கொடுக்கக் கூடியவையும் மற்றவையும். லியோன்யாவிடம் கொஞ்சந்தான். கிலுகிலுப்பைகள் மட்டுமே" என்று விவரித்தான் ஸெர்யோஷா.

"வெட்டுத் துண்டுகள் இருக்கின்றனவா?" என்று கேட்டான் வேற்றாள். பின்பு ஸெர்யோஷாவுக்கு இந்தச் சொல் புரியாதிருக்கலாம் என்று எண்ணி, "துணித்துண்டுகள், விளங்குகிறதா? உடை அல்லது மேல்கோட்டு தைப்பதற்கு" என விளக்கினான்.

"எங்களிடம் வெட்டுத் துண்டுகள் இல்லை. வாஸ்யாவின் தாயார் வீட்டிலே இருக்கின்றன" என்றான் ஸெர்யோஷா.

"எங்கே வசிக்கிறாள் அவள், அதுதான், வாஸ்யாவின் தாயார்?" என்று கேட்டான் வேற்றாள்.

உரையாடல் எப்படித் திரும்பியிருக்குமோ தெரியாது, ஆனால் அதற்குள் தாழ்ப்பாள் சரக்கென ஒலித்தது, லூக்யானிச் வெளிமுகப்பில் பிரவேசித்தான்.

"யார் அது? உங்களுக்கு என்ன வேண்டும்?" என்று வினவினான்.

வேற்றாள் கட்டைகள் மேலிருந்து எழுந்து நின்றான். அடங்கிப் போய், பரிதாபமாகத் தோற்றம் அளித்தான்.

“வேலை தேடுகிறேன் ஐயா” என்று பதில் சொன்னான்.

“எதற்காக வெளிமுகப்புக்களில் தேடுகிறீர்கள்? உங்கள் இருப்பிடம் எது?” என்று கேட்டான் லுக்யானிச்.

“தற்போது எனக்கு இருப்பிடம் எதுவும் இல்லை.”

“முன்னால் எங்கே இருந்தது?”

“இருந்தது, போய்விட்டது, வெகு காலத்துக்கு முன்பு இருந்தது.”

“சிறைச்சாலையிலிருந்தா?”

“ஒரு மாதத்துக்கு முன்புதான் விடுதலையானேன்.”

“எந்தக் குற்றத்திற்காகச் சிறையிலிருந்தாய்?”

வேற்றாள் காலைத் தொப்பென அடித்து, “ஏதோ நான் பிறத்தியார் உடைமை விஷயத்தில் கறாராக இல்லை என்று குற்றம் சாட்டினார்கள். வீணாக வழக்கு தொடர்ந்தார்கள். நீதி வழங்குவதில் தவறு செய்துவிட்டார்கள்” என்றான்.

“வீட்டுக்குப் போகாமல் ஏன் சுற்றி அலைந்து கொண்டிருக்கிறாய்?”

“நான் போகத்தான் செய்தேன். பெண்டாட்டி ஏற்றுக் கொள்ள மறுத்து விட்டாள். அவள் வேறு ஒருத்தனைச் சேர்த்துக் கொண்டுவிட்டாள் - கடை ஆசாமியை! எனக்கு அங்கே வசிக்கவும் அனுமதி கிடைக்கவில்லை... இப்போது அம்மா வீட்டுக்குப் போகிறேன், சித்தா என்ற ஊருக்கு. சித்தாவில் என் தாயார் இருக்கிறாள்” என்றான் வேற்றாள்.

ஸெர்யோஷா வாயைப் பாதி திறந்தபடி உற்றுக் கேட்டுக் கொண்டிருந்தான். இந்த மாமா சிறையில் இருந்தாராமே!... சிறையில் இரும்பு அழிகள் இருக்கும். நீள் பிடிக் கோடரிகளும் வாள்களும் ஏந்திய, தாடிவைத்த காவல்காரர்கள் இருப்பார்களே - புத்தகங்களில் வருணித்திருப்பது போல. இவர் அந்த மாதிரிச் சிறையில் இருந்திருக்கிறார். ஏதோ சித்தா என்னும் ஊரில் இவருடைய தாயார் எதிர்பார்த்துக் கொண்டிருக்கிறாள், பாவம், அழுது கொண்டிருப்பாள், மெய்யாகவே... இவர்

அங்கே போய்ச் சேர்ந்ததும் அவள் ஆனந்தப்படுவாள். இவருக்கு உடையும் மேல்கோட்டும் தைத்துத் தருவாள். ஜோடுகளுக்கு வார் வாங்கிக் கொடுப்பாள்.

“சித்தா பக்கத்து ஊர்தான். அப்புறம் அங்கே எப்படி? ஏதேனும் வேலை செய்ய வாய்க்குமா, அல்லது மறுபடியும், இப்போது சொன்னது போலவே பிறத்தியார் உடைமையில் கையை வைப்பதாக எண்ணமா?'' என்று கேட்டான் லுக்யானிச்.

வேற்றாள் மூக்கை உறிஞ்சினான்.

“விறகு பிளந்து போட உத்தரவு கொடுங்கள்” என்றான்.

“சரி, பிளந்து போடு” என்று சொல்லிக் கொட்டகையிலிருந்து ரம்பத்தைக் கொண்டு வந்து கொடுத்தான் லுக்யானிச்.

குரல் கேட்டு வெளியே வந்த பாஷா அத்தை வாயிற்படியில் இருந்தபடியே இந்த உரையாடலைக் கேட்டாள். என்ன காரணத்தினாலோ அவள் கோழிகளைக் கொட்டகைக்குள் ஓட்டி - அவற்றுக்கு உறங்க நேரம் ஆகவில்லை என்றாலும் - கொட்டகையைப் பூட்டிச் சாவியைத் தன் பைக்குள் வைத்துக் கொண்டாள். பின்பு ஸெர்யோஷாவிடம் தணிந்த குரலில், “ஸெர்யோஷா, நீ உலாவிக் கொண்டிருக்கும்போது இந்த மாமா ரம்பத்தை எடுத்துக்கொண்டு போய்விடாதபடி பார்த்துக் கொள்” என்று சொன்னாள்.

ஸெர்யோஷா வேற்றாளைச் சுற்றி நடந்தவாறு ஆவலுடனும் சந்தேகத்துடனும் இரக்கத்துடனும் ஓரளவு அச்சத்துடனும் அவனைப் பார்த்துக் கொண்டிருந்தான். வேற்றாளின் அசாதாரணமான மர்ம வாழ்க்கைபால் ஏற்பட்ட மதிப்பு காரணமாக அவனுடன் மேற்கொண்டு பேச ஸெர்யோஷாவுக்குத் தயக்கமாயிருந்தது. வேற்றாளும் பேசவில்லை. அவன் மும்முரமாக விறகு பிளந்தான். எப்போதாவது மட்டுமே சற்று குந்தி சிகரேட் சுருட்டிப் புகைத்தான்.

ஸெர்யோஷாவைச் சாப்பிட அழைத்தார்கள். கொரஸ் தெல்யோவும் அம்மாவும் வீட்டில் இல்லை ஆகையால் மூவரும் சாப்பிட்டார்கள். முட்டைக் கோசு சூப் சாப்பிட்டானதும்

லுக்யானிச் பாஷா அத்தையிடம் "என்னுடைய பழைய நமுதா ஜோடுகளை இந்தத் திருட்டுப் பயலுக்குக் கொடுத்து விடு" என்று சொன்னான்.

"நீயே இன்னும் கொஞ்ச காலத்துக்கு அவற்றைப் போட்டுக்கொள்ளலாமே. இவனுடைய ஜோடுகள் அப்படி ஒன்றும் மோசமில்லையே" என்றாள் பாஷா அத்தை.

"இந்த ஜோடுகளைப் போட்டுக்கொண்டு இவன் சித்தாவில் வாழ்வது எங்கே?" என்று சொன்னான் லுக்யானிச்.

"நான் இவனுக்குச் சாப்பாடு போடுகிறேன். நேற்றைய சூப் நிறைய மிஞ்சிக் கிடக்கிறது" என்றாள் பாஷா அத்தை.

சாப்பிட்டதும் லுக்யானிச் இளைப்பாறுவதற்காகப் படுத்துக்கொண்டான். பாஷா அத்தை மேஜைமேலிருந்து விரிப்பை எடுத்து மடித்து அலமாரியில் வைத்தாள்.

"விரிப்பை ஏன் எடுத்துவிட்டாய்?" என்று கேட்டான் ஸெர்யோஷா.

"விரிப்பு இல்லாவிட்டாலும் நன்றாய்த்தான் இருக்கும். அவன் கொள்ளை நோய்போல அழுக்காய் இருக்கிறான்" எனப் பதிலளித்தாள் பாஷா அத்தை.

அவள் சூப்பைச் சூடுபடுத்தி, ரொட்டித் துண்டுகள் நறுக்கி வைத்துவிட்டு, "உள்ளே வாருங்கள், சாப்பிடுங்கள்" என்று ஏங்கிய குரலில் அழைத்தாள்.

வேற்றாள் வந்து மிதி துணியில் காலை நெடு நேரம் தேய்த்துச் சுத்தப்படுத்திக் கொண்டான். அப்புறம் கைகளைக் கழுவிக் கொண்டான். பாஷா அத்தை செம்பிலிருந்து அவனுக்கு நீர் ஊற்றினாள். அலமாரித் தட்டில் இரண்டு வகைச் சோப்புத் துண்டுகள் இருந்தன. ஒன்று ரோஜா சோப்பு, மற்றது பழுப்பு நிறமான சாதாரண சோப்பு. வேற்றாள் சாதாரணச் சோப்பால் கைகளைக் கழுவிக் கொண்டான். ரோஜா சோப்பினால் கைகழுவிக் கொள்ளவேண்டும் என்பது அவனுக்குத் தெரியாதோ, அல்லது மேஜை விரிப்பையும் இன்றைய சூப்பையும் போலவே ரோஜா சோப்பும் அவனுக்கு ஆகாதோ தெரியாது. பொதுவாகவே அவன் கூச்சப்பட்டான்.

தயங்கித் தயங்கி, ஜாக்கிரதையாகச் சமையலறையில் நடந்தான் - தரை உடைந்து விடுமோ என்று அஞ்சுபவன் போல. பாஷா அத்தை அவனைக் கூர்ந்து கண்காணித்துக் கொண்டிருந்தாள். மேஜை அருகே உட்கார்ந்து அவன் சிலுவைக் குறி இட்டுக் கொண்டான். பாஷா அத்தைக்கு இது உவப்பாயிருந்தது என்பதை ஸெர்யோஷா கவனித்தான். தட்டு விளிம்பு வரை வழிய வழிய சூப் ஊற்றிவிட்டு, "திருப்தியாகச் சாப்பிடுங்கள்" என்று கனிவுடன் கூறினாள்.

வேற்றாள் சூப்பையும் மூன்று பெரிய ரொட்டித் துண்டுகளையும் பேசாமல் ஒரே மூச்சில் சாப்பிட்டுத் தீர்த்துவிட்டான். சாப்பிடும்போது தாடைகளை விரைவாக அசைத்தான், மூக்கைச் சத்தத்துடன் உறிஞ்சினான். பாஷா அத்தை அவனுக்கு இன்னும் சூப்பும் சிறு கிளாசில் வோத்காவும் கொடுத்தாள்.

"இப்போது குடிக்கவும் செய்யலாம். வெறும் வயிற்றில் குடிப்பது நல்லதல்ல" என்றாள்.

வேற்றாள் கிளாசை உயர்த்தி, "உங்கள் ஆரோக்கியத்திற்காக வாழ்த்திக் குடிக்கிறேன் அத்தை. ஆண்டவன் உங்களுக்கு அருள்வானாக" என்றான்.

தலையை நிமிர்த்தினான், வாயைத் திறந்தான், கிளாசில் இருந்ததை எல்லாம் கணப்போதில் அங்கே கவிழ்த்துக் கொண்டான். ஸெர்யோஷா பார்த்தான் - கிளாசு மேஜைமேல் காலியாக இருந்தது.

"பிரமாதம்!" என்று எண்ணிக்கொண்டான் ஸெர்யோஷா.

அதன்பின் வேற்றாள் அவ்வளவு அவசரம் இல்லாமல் நிதானமாகச் சாப்பிட்டான், வார்த்தையாடினான். தான் மனைவியிடம் போனதையும் அவள் தன்னை வீட்டுக்குள் விடாததையும் விவரித்தான்.

"ஒன்றுமே எனக்குக் கொடுக்கவும் இல்லை அவள். எங்களிடம் சாமான்கள் சுமாராக இருந்தன: தையல் இயந்திரம், கிராமபோன், பாத்திரம் பண்டம்... ஒன்றுமே தரவில்லை அவள். எங்கிருந்து வந்தாயோ அங்கேயே போ, நீ என் வாழ்க்கையைப் பாழாக்கிவிட்டாய் என்றாள்.

கிராமபோனையாவது கொடு என்று கேட்டேன். பொதுச் சம்பாத்தியத்தில் வாங்கினது அது, கேட்டுக் கொள்ளுங்கள். அப்படியும் அவளுக்கு மனம் வரவில்லை. என் உடையைப் பிரித்துத் தனக்கு உடை தைத்துக்கொண்டுவிட்டாள். என் மேல்கோட்டைத் தரகுக் கடை மூலம் விற்று விட்டாள்" என்று சொன்னான்.

"முன்னாலே சுமாராக வாழ்ந்தீர்களா?" என்று கேட்டாள் பாஷா அத்தை.

"வாழ்ந்தோம். இதைவிடச் சிறப்பாக வேண்டாம் என்னும் அளவுக்கு. வெறிகொண்டவள் போல ஆசையாயிருந்தாள் என்மேலே. இப்போது என்னடா என்றால் கடை ஆசாமி பெரியவனாகி விட்டான். நான் பார்த்தேன் அவனை. ஒன்றுமே இல்லை பார்ப்பதற்கு. துளிக்கூட லட்சணம் இல்லாதவன். எதனால்தான் மயங்கிவிட்டாளோ? அவன் கடை ஆசாமி என்பதனால்தான், வேறென்ன?" என்றான்.

தன் தாயையும் அவளுக்கு என்ன உபகாரச் சம்பளம் கிடைக்கிறது என்பதையும் அவள் தனக்குப் பார்ஸல்கள் அனுப்பி வந்ததையும் பற்றிச் சொன்னான். பாஷா அத்தை ஒரேயடியாக உருகிப் போய்விட்டாள். அவனுக்கு வெந்த இறைச்சியும் தேநீரும் கொடுத்தாள். புகை குடிக்கவும் அவனை அனுமதித்தாள்.

"அம்மாவைப் பார்ப்பதற்கு நான் கிராம போனையாவது எடுத்துக் கொண்டு போனால் நன்றாய் இருக்குந்தான்" என்றான் வேற்றாள்.

"நிச்சயமாக நன்றாயிருக்கும். அவர்கள் இசைத்தட்டுகள் வைத்திருப்பார்கள்" என்று நினைத்தான் ஸெர்யோஷா.

"ஒருவேளை உங்களுக்கு வேலை கிடைக்கும். எல்லாம் சீர்பட்டுவிடும்" என்றாள் பாஷா அத்தை.

"எங்களை வேலைக்கு வைத்துக்கொள்ள ஒருவரும் ரொம்ப விரும்புவதில்லை' என்றான் வேற்றாள். அந்த மனிதன் மேலும் அவனை வேலைக்கு வைத்துக்கொள்ள விரும்பாதவர்கள் மேலும் இரக்கப்படும் பாவனையில் பாஷா அத்தை பெருமூச்செறிந்து தலையை அசைத்தாள்.

வேற்றாள் சற்று நேரம் பேசாதிருந்தான். பின்பு, "நானுந்தான் அந்தக் கடை ஆசாமியாக இருந்திருக்கலாம், எதுவாக வேண்டுமானாலும் இருந்திருக்கலாம். எப்படியோ பொழுதையெல்லாம் வீணாக்கிவிட்டேன்" என்றான்.

பாஷா அத்தை பரிவுடன், "எதற்காக வீணாக்கினீர்கள்? வீணாக்கியிராவிட்டால் நன்றாயிருக்குமே" என்று கூறினாள்.

"நடந்தவை எல்லாவற்றுக்கும் பிறகு இப்போது சொல்லிப் பயன் என்ன? இப்போது பேசுவதனால் ஒரு லாபமும் இல்லை. நல்லது, உங்களுக்கு நன்றி, அத்தை. போய் மீதி விறகையும் பிளந்து போடுகிறேன்" என்றான் வேற்றாள்.

அவன் வெளிமுகப்புக்குப் போய்விட்டான். மழை தூற்றத் தொடங்கிவிட்டபடியால் பாஷா அத்தை ஸெர்யோஷாவை மேற்கொண்டு விளையாட விடவில்லை.

"இவர் ஏன் இப்படி இருக்கிறார்? இந்த மாமாவைச் சொல்கிறேன்" என்று வினவினான் ஸெர்யோஷா.

"அவன் சிறையில் இருந்தானாம். நீதான் கேட்டுக்கொண்டிருந்தாயே" என்றாள் பாஷா அத்தை.

"எதற்காகச் சிறையில் இருந்தாராம்?"

"மோசமாக வாழ்ந்தான், அதனால்தான். நன்றாக வாழ்ந்திருந்தால் சிறைக்குப் போயிருக்க மாட்டான்."

லுக்யானிச் சாப்பாட்டுக்குப் பின் இளைப்பாறி விட்டு மறுபடி தனது அலுவலகத்துக்குப் போக ஆயத்தமானான். ஸெர்யோஷா அவனிடம் கேட்டான்:

"மோசமாக வாழ்ந்தால் சிறைச்சாலைக்கு அனுப்பி விடுவார்களோ?"

"விஷயம் என்னவென்றால் அவன் பிறத்தியார் பொருளைத் திருடினான். உதாரணமாக, நான் வேலை செய்தேன், உழைத்துச் சம்பாதித்தேன், அதை அவன் வந்து திருடிக்கொண்டான் என்றால் அது நல்லதா?" என்றான் லுக்யானிச்.

"இல்லை."

"நல்லதில்லை என்பது தெளிவாயிருக்கிறது."

"அவன் கெட்டவனா?"

"கெட்டவன் என்பதுதான் புரிகிறதே."

"அப்படியானால் அவனுக்கு நமுதா ஜோடுகளை ஏன் கொடுக்கச் சொன்னாய்?"

"எனக்கு அவன்மேல் இரக்கமாயிருந்தது."

"கெட்டவர்கள்மேல் உனக்கு இரக்கமாயிருக்குமா?"

"இதோ பார். எனக்கு அவன்மேல் இரக்கம் உண்டானது அவன் கெட்டவன் என்பதனால் அல்ல, அவன் அனேகமாக வெறுங்காலனாக இருப்பதால்தான். ஊம், தவிர, பொதுவாகவே... ஒருவன் மோசமாக வாழ்கிறான் என்றால் வருத்தமாயிருக்கிறது... ஊம், பொதுவாகச் சொன்னால்... அவன் நல்லவனாக இருந்தால் நான் கட்டாயமாக, மிகுந்த சந்தோஷத்துடன் அவனுக்கு நமுதா ஜோடுகளைக் கொடுத்திருப்பேன். சரி, நான் போகிறேன்!" என்று சொல்லிவிட்டு லுக்யானிச் அவசரமாக ஓடிவிட்டான்.

"வேடிக்கைப் பிரகிருதி. என்ன சொல்கிறான் என்று தலை கால் புரியவில்லை" என்று நினைத்துக் கொண்டான் ஸெர்யோஷா.

வெளியே லேசாகத் தூற்றிக்கொண்டிருந்த சாம்பல்நிற மழைத்துளிகளை ஜன்னல் வழியாகப் பார்த்தவாறு லுக்யானிச்சின் சொற்களைச் சிடுக்கு விடுவிக்க முயன்றான். கந்தல் குல்லா அணிந்த ஆள் நமுதா ஜோடுகளை ஒன்றுக்குள் ஒன்று நுழைத்து அவற்றின் இரு பாதங்களும் எதிர் எதிரே துருத்தியிருக்கும்படி கக்கத்தில் இடுக்கிக்கொண்டு அந்தப் பக்கமாகத் தெருவோடு போனான். அம்மா குழந்தைகள் இல்லத்திலிருந்து லியோன்யாவைச் சிவப்புக் கம்பளியில் சுற்றி எடுத்துக் கொண்டு வந்து சேர்ந்தாள்.

"அம்மா! நீ சொன்னாயே, நினைவிருக்கிறதா, ஒரு பையன் நோட்டு புத்தகத்தைத் திருடிவிட்டான் என்று?

அவனைச் சிறைக்கு அனுப்பினார்களா?" என்று கேட்டான் ஸெர்யோஷா.

"இது என்ன நீ? நிச்சயமாக அனுப்பவில்லை" என்றாள் அம்மா.

"ஏன்?"

"அவன் சின்னவன். அவனுக்கு எட்டு வயது."

"சின்னவர்கள் செய்யலாமோ?"

"என்ன செய்யலாமோ?"

"திருட்டு."

"கூடாது, சின்னவர்களும் திருடக்கூடாது. ஆனால் நான் அவனோடு பேசினேன். அவன் இனிமேல் ஒருபோதும் திருட மாட்டான். எதற்காக இதைப் பற்றிக் கேட்கிறாய்?" என்றாள் அம்மா.

ஸெர்யோஷா சிறையிலிருந்து வந்த ஆளைப் பற்றி விவரித்தான்.

"துர்ப்பாக்கியவசமாக இந்த மாதிரி மனிதர்கள் சில வேளைகளில் இருக்கிறார்கள். நீ பெரியவன் ஆன பிறகு இதைப் பற்றிப் பேசுவோம். நீ சற்றுப் பாஷா அத்தையிடம் போய் இழை போடுவதற்கு இழைக் கட்டை கேட்டு வாங்கிக் கொண்டுவா."

ஸெர்யோஷா இழைக் கட்டையை வாங்கிக் கொண்டு கொடுத்துவிட்டு, "இந்த மாமா எதற்காகத் திருடினார்?" என்று கேட்டான்.

"அவன் வேலை செய்ய விரும்பவில்லை. அதனால்தான் திருடினான்."

"தன்னைச் சிறைக்கு அனுப்புவார்கள் என்று அவருக்குத் தெரியுமா?"

"கட்டாயமாகத் தெரியும்."

"அவருக்கு என்ன, பயமாயில்லையா? அம்மா! இந்தச் சிறைச்சாலை இருக்கிறதே, அது பயங்கரமானது இல்லையா?"

"சரி போதும்!" என்று எரிந்து விழுந்தாள் அம்மா. "இதை எல்லாம் பற்றி நினைப்பதற்கு உனக்கு இன்னும் வயதாகவில்லை என்று நான்தான் சொன்னேனே! வேறு எதையாவது பற்றி எண்ணு! இந்த வார்த்தைகளைக் கேட்கவே எனக்கு விருப்பமில்லை!" என்றாள்.

அவளுடைய சுரித்த புருவங்களைக் கண்டு ஸெர்யோஷா கேள்விகள் கேட்பதை நிறுத்தி விட்டான். அவன் சமையலறைக்குப் போனான். வாளியிலிருந்து செம்பால் நீர் மொண்டு கிளாசில் ஊற்றி ஒரே மடக்கில் சட்டெனக் குடிக்க முயன்று பார்த்தான். ஆனால் தலையை எவ்வளவுதான் பின்னே சாய்த்து, வாயை எவ்வளவுதான் அகலமாகத் திறந்தாலும் பயனில்லை. மேலெல்லாம் நீரை அபிஷேகம் செய்துகொண்டதுதான் மிச்சம். சட்டைக் காலருக்குப் பின்னே தண்ணீர் கொட்டி முதுகில் வழிந்தது. தன் சட்டை நனைந்திருந்ததை ஸெர்யோஷா மறைத்துக்கொண்டான். இல்லாவிட்டால் பெரியவர்கள் கூச்சல் கிளப்பி அவனுக்குச் சட்டை மாற்றவும் அவனை அதட்டவும் தொடங்கியிருப்பார்கள். அவன் தூங்கும் வேளை வருவதற்குமுன் சட்டை காய்ந்து போயிற்று.

...அவன் உறங்கிவிட்டான் என்று நினைத்து, பெரியவர்கள் சாப்பாட்டு அறையில் உரக்கப் பேசிக் கொண்டிருந்தார்கள்.

"அவன் என்ன வேண்டுகிறான் தெரியுமா? அவனுக்கு 'ஆமாம்' அல்லது 'இல்லை' என்ற பதில் வேண்டும். இடைப்பட்ட பதில் அவனுக்குப் புரிவதில்லை" என்றான் கொரஸ்தெல்யோவ்.

"நான் ஓடிவிட்டேன். என்னால் பதில் சொல்ல முடியவில்லை" என்றான் லுக்யானிச்.

அம்மா சொன்னாள்:

"ஒவ்வொரு வயதுக்கும் அதற்கேற்ற கஷ்டங்கள் உண்டு. குழந்தையின் ஒவ்வொரு கேள்விக்கும் பதில் சொல்லிக் கொண்டிருப்பது அவசியமில்லை. அவனுடைய அறிவுக்கு

எட்டாத விஷயத்தை அவனோடு சர்ச்சை செய்வானேன்? அதனால் என்ன பயன்? வெறுமே அவனுடைய அறிவு குழம்புகிறது, எவற்றுக்கு அவன் அறவே தயார் செய்யப்படவில்லையோ அந்த எண்ணங்கள் அவன் மனத்தில் உதிக்கின்றன. இந்த மனிதன் குற்றம் செய்தான், தண்டிக்கப்பட்டான் என்று தெரிந்து கொள்வது அவனுக்குப் போதும். உங்களை ரொம்பக் கேட்டுக்கொள்கிறேன் - இந்த விஷயத்தைப் பற்றி அவனுடன் பேசாதீர்கள்!"

"நாங்களா பேசுகிறோம்? அவனல்லவா பேசுகிறான்!" என்று சமாதானம் கூறினான் லுக்யானிச்.

"கொரஸ்தெல்யோவ்" என்று இருண்ட அறையிலிருந்து குரல் கொடுத்தான் ஸெர்யோஷா.

அவர்கள் சட்டென்று பேச்சை நிறுத்தினார்கள்...

கொரஸ்தெல்யோவ் அறைக்குள் போய், "ஏன்?" என்று கேட்டான்.

"கடை ஆசாமி என்றால் யார்?"

"அடப் பயலே! நீ இன்னும் உறங்கவில்லையா? தூங்கு இந்தக் கணமே!" என்றான் கொரஸ்தெல்யோவ். ஆனால் ஸெர்யோஷாவின் பளிச்சிடும் விழிகள் எதிர்பார்ப்புடனும் ஒளிவு மறைவு இன்றியும் அவனையே அரை இருளிலிருந்து நோக்கிக் கொண்டிருந்தன. ஆக மள மளவென்று, காதோடு காதாக (அம்மா கேட்டுக் கோபித்துக் கொள்ளக் கூடாது என்பதற்காக) கொரஸ்தெல்யோவ் அவன் கேள்விகளுக்குப் பதில் சொன்னான்.

செயலற்ற நிலைமை

மறுபடியும் உடம்புக்கு வந்துவிட்டது. இந்தத் தடவை ஒரு காரணமும் இல்லாமல் தொண்டைச் சதை அழற்சி நோய் வந்துவிட்டது. அப்புறம் மருத்துவர் "டான்சில்" என்றார். புதிய சித்திரவதைகளைத் திட்டமிட்டார் மீன் எண்ணெயும்

ஈரக்கட்டும். அதோடு உடல் வெப்பத்தை அளவிடும்படியும் சொன்னார்.

கவிச்சடிக்கும் கறுப்பு எண்ணெயில் துணியை நனைத்துக் கழுத்தில் வைத்தார்கள். முரடான குத்தும் காகிதத்தை அதன் மேல் வைத்தார்கள். அதற்கு மேல் பஞ்சு. அதற்கும் மேலே பட்டித் துணியால் காதுகள்வரை கட்டுப்போட்டார்கள். பலகையில் அறைந்த ஆணித் தலைபோல ஆகி விட்டது ஸெர்யோஷாவின் தலை. திருப்ப முடியவில்லை. அப்படியே இரு என்று விட்டார்கள்.

நல்ல வேளைதான், படுத்துக்கொள்ளும்படி கட்டாயப் படுத்தவில்லை. ஸெர்யோஷாவுக்குக் காய்ச்சல் இல்லாதிருந்து வெளியே மழை பெய்யாதிருந்தால் வெளியே போகவும் அனுமதித்தார்கள். ஆனால் இந்த இரண்டும் ஒத்துக்கொண்டது அபூர்வந்தான். அனேகமாக எப்போதும் காய்ச்சலோ மழையோ அடித்துக் கொண்டிருந்தது.

வானொலிப் பெட்டி திருப்பி வைக்கப்பட்டிருந்தது. ஆனால் அதில் வந்த பேச்சுக்கள், இசை நிகழ்ச்சிகளில் மிகச் சிலதாம் ஸெர்யோஷாவுக்குப் பிடித்திருந்தன.

இந்தப் பெரியவர்கள் இருக்கிறார்களே, படு சோம்பேறிகள். ஏதேனும் படிக்கும்படியோ கதை சொல்லும்படியோ கேட்க வேண்டியதுதான், பிரமாத வேலை இருப்பதாகக் கூறித் தட்டிக் கழித்து விடுவார்கள். பாஷா அத்தை சமைத்துக் கொண்டிருந்தாள். அவள் கைகள் வேலையாக இருந்தது உண்மைதான், ஆனால் வாய் சும்மாதானே இருந்தது! கதை சொல்லலாமே. இல்லை அம்மாவை எடுத்துக்கொள்வோம். அவள் பள்ளிக்கூடத்தில் இருந்தாள், லியோன்யாவுக்குத் துணி மாற்றிக் கொண்டிருந்தாள், அல்லது நோட்டு புத்தகங்களைத் திருத்திக் கொண்டிருந்தாள் என்றால் அது ஒரு விஷயம். ஆனால் அவள் நிலைக்கண்ணாடிக்கு முன் நின்று கொண்டு இப்போது ஒரு மாதிரியும் அப்புறம் வேறு மாதிரியும் கொண்டை போட்டுக் கொள்வதும் அதோடு புன்னகை செய்வதுமாக இருந்தால் அவள் என்ன வேலையில் முனைந்திருந்ததாக அர்த்தம்?

“எனக்குப் படித்துக் காட்டேன்” என்றான் ஸெர்யோஷா.

“இரு ஸெர்யோஷாக் கண்ணூ, நான் வேலையாக இருக்கிறேன்” என்றாள்.

“மறுபடி எதற்காக அவிழ்த்துவிட்டுவிட்டாய்?” என்று ஸெர்யோஷா கொண்டையைப் பற்றிக் கேட்டான்.

“வேறு மாதிரிக் கொண்டை போட்டுக் கொள்ள விரும்புகிறேன்.”

“எதற்காக?”

“எனக்கு வேண்டும்.”

“எதற்காக உனக்கு வேண்டும்?”

“அப்படித்தான்.”

“எதற்காகச் சிரிக்கிறாய்?”

“அப்படித்தான்.”

“எதற்காக அப்படித்தான்?”

“ஐயோ, ஸெர்யோஷா, நீ என்னைப் பைத்தியமாக அடித்து விடுவாய்.”

“நான் இவளை எப்படிப் பைத்தியமாக அடிக்கிறேனாம்?” என்று எண்ணமிட்டான் ஸெர்யோஷா. பிறகு சற்றுச் சிந்தனை செய்துவிட்டு, “எதற்கும் நீ எனக்குப் படித்துக் காட்டு” என்றான்.

“சாயங்காலம் திரும்பிவருவேன், அப்போது படித்துக் காட்டுகிறேன்” என்றாள் அம்மா.

மாலையில் வந்ததும் அவள் லியோன்யாவுக்குப் பாலூட்டுவாள், அவனைக் குளிப்பாட்டுவாள், கொரஸ் தெல்யோவுடன் வார்த்தையாடுவாள், நோட்டு புத்தகங்களைத் திருத்துவாள். ஆனால் படிப்பதை மட்டும் மறுபடி தட்டிக்கழித்துவிடுவாள்.

இதோ பாஷா அத்தை காரியங்களை எல்லாம் முடித்துவிட்டுத் தன் அறையில் விசுப்பலகையில் ஆயாசந்தீர

உட்கார்ந்தாள். கைகளை முழங்கால்களில் வைத்துக்கொண்டு பேசாமல் அமர்ந்திருந்தாள். வீட்டில் ஒருவரும் இல்லை. அந்த வேளை பார்த்து ஸெர்யோஷா அவளை வளைத்துக் கொண்டான்.

வானொலிப் பெட்டியை மூடிவிட்டு அவள் பக்கத்தில் உட்கார்ந்துகொண்டு, "இப்போது நீ எனக்குக் கதை சொல்லு" என்றான்.

"அட என் ஆண்டவனே! உனக்காவது கதையாவது. உனக்குத்தான் அவை மனப்பாடம் ஆயிற்றே" என்று அவள் சோர்வுடன் கூறினாள்.

"அதனால் என்னவாம். நீ கதை சொல்லு." படு சோம்பேறி.

அவள் பெருமூச்சு விட்டுக் கதை சொல்லத் தொடங்கினாள்: "ஒரு காலத்திலே, ராஜாவும் ராணியும் இருந்தார்கள். அவர்களுக்கு ஒரு பெண் இருந்தாள். ஒரு நாள்..."

"அவள் அழகாயிருந்தாளா?" என்று கேள்வியுடன் இடை முறித்தான் ஸெர்யோஷா.

பெண் அழகாயிருந்தாள் என்பது அவனுக்குத் தெரியும். எல்லோருக்கும் தெரியும். ஆனால் பாஷா அத்தை அதை ஏன் விட்டுவிட்டாள்? கதைகளில் எதையும் விடக் கூடாதே.

"அழகாயிருந்தாள், அழகாயிருந்தாள். எவ்வளவோ அழகாயிருந்தாள். ஆயிற்றா. ஒரு நாள் ராஜகுமாரிக்குக் கலியாணம் பண்ணிக் கொள்ள வேண்டும் என்று எண்ணம் உண்டாயிற்று. அவளைப் பெண் பார்ப்பதற்கு வரன்கள் வந்தார்கள்..."

கதை முறையான தடத்தில் நகர்ந்தது. அந்தி மங்குலில் பெரிய கண்களால் கண்டிப்புடன் நோக்கியவாறு ஸெர்யோஷா கவனமாகக் கேட்டான். அடுத்தாற்போல என்ன சொல் வரப்போகிறது என்பதை அவன் முன்கூட்டியே அறிந்திருந்தான். ஆனாலும் இதனால் கதை ஒன்றும் மோசமாகிவிடவில்லை. மாறாக இன்னும் சுவையாயிருந்தது.

'வரன்கள்', 'பெண்பார்க்க' என்ற சொற்களை அவன் எப்படி அர்த்தப்படுத்திக் கொள்கிறான் என்று விளக்கமாகச்

சொல்ல அவனால் முடிந்திராது. ஆனால் அவனுக்கு எல்லாம் புரிந்தது - அவனுக்கே உரிய வகையில். உதாரணமாக, "குதிரை மண்ணில் புதைந்துவிட்டது போல நின்றது." ஆனால் அப்புறம் பாய்ந்து போயிற்று என்றால் - அதைத் தோண்டி எடுத்து விட்டிருப்பார்கள் என்று ஆகிறது.

மங்குல் அடர்ந்தது. ஜன்னல்கள் நீல நிறமாயின, அவற்றின் சட்டங்கள் கறுத்தன. ராஜகுமாரியை மணக்க வந்த வரன்களின் வீரதீரச் செயல்களை வருணித்துக் கொண்டிருந்த பாஷா அத்தையின் குரல் தவிர உலகத்தில் வேறு எந்த ஒலியும் கேட்கவில்லை. தால்னயா வீதியிலிருந்த சிறு வீட்டில் ஒரே நிசப்தம்.

நிசப்தம் ஸெர்யோஷாவுக்குச் சலிப்பூட்டியது. கதை விரைவில் முடிந்துவிட்டது. இன்னொரு கதை சொல்வதற்குப் பாஷா அத்தை எந்த வகையிலும் ஒருப்படவில்லை. அவன் எவ்வளவோ கெஞ்சியும் ஆத்திரப்பட்டும் பார்த்தான், பயனில்லை. முனகிக் கொண்டும் கொட்டாவி விட்டுக் கொண்டும் அவள் சமையலறைக்குப் போய் விட்டாள். அவன் தனியன் ஆனான். என்ன செய்வது? விளையாட்டுச் சாமான்கள் நோய்க் காலத்திற்குள் தெவிட்டிப் போயின. படம் போடுவதும் சலித்துப் போயிற்று. அறைக்குள் சைக்கிள் விட முடியாது. இட நெருக்கடி.

சலிப்பு நோயைக் காட்டிலும் மோசமாக ஸெர்யோஷாவுக்கு விலங்கு மாட்டியது போலிருக்கிறது. அவனுடைய அங்க அசைவுகளில் தொய்வு வந்துவிட்டது. அவன் எண்ணங்கள் இடை முறிந்தன. எல்லாம் அலுப்பாயிருந்தது.

லுக்யானிச் கடையிலிருந்து ஏதோ சாமான் வாங்கி வந்தான். கயிற்றால் சுற்றிக் கட்டப்பட்ட சாம்பல் நிற அட்டைப் பெட்டி. டக்கென்று கயிற்றை அறுத்துவிட்டால் விஷயம் தீர்ந்தது. லுக்யானிச்சோ, உஸ் உஸ்ஸென்று மூச்சு விட்டுக் கொண்டு படுமுடிச்சுக்களை நெடுநேரம் அவிழ்த்துக் கொண்டிருந்தான். கயிறு உபயோகப்படுமே, அவன் அதை முழுதாகக் காப்பாற்ற விரும்புகிறான்.

ஸெர்யோஷா நுனிக்கால்களில் எம்பி நின்றவாறு ஒரே பார்வையாக அதைப் பார்த்துக் கொண்டிருந்தான்... சாம்பல்

நிற அட்டைப் பெட்டிக்குள் ஏதேனும் அருமையான சாமான் இருந்திருக்கமுடியும். ஆனால் அதிலிருந்து வெளிப்பட்டன ரப்பர் விளிம்புகள் வைத்த இரண்டு பிரமாண்டமான கம்பளி மேல் ஜோடுகள்.

ஸெர்யோஷாவிடமும் மேல் ஜோடுகள் இருக்கின்றன - இவை போலவே பக்கிள்கள் வைத்தவை, ஆனால் கம்பளி இல்லாதவை, முழுவதும் ரப்பரால் ஆனவை. அவனுக்கு அவற்றைக் கண்டாலே கரிக்கும். மேற்கொண்டு இந்த மேல் ஜோடுகளை வேறு பார்க்க அவனுக்குத் துளிக்கூட அக்கறை ஏற்படவில்லை.

ஒரேயடியாக உற்சாகங்குன்றிப் போய், சோர்வும் உபேட்சையும் ததும்ப, "இது என்ன?" என்று கேட்டான்.

"ஈரம் தாக்காமல் காக்கும் மேல் ஜோடுகள். 'விடைகொடு, இளமையே' என்று இவற்றுக்குப் பெயர்" எனப் பதிலளித்துவிட்டு அளவு பார்க்க உட்கார்ந்தான் லுக்யானிச்.

"எதனால்?"

"இளைஞர்கள் இவற்றைப் போட்டுக்கொள்வதில்லை, அதனால்தான்."

"அப்படியானால் நீ கிழவனா?"

"இந்த மாதிரி மேல்ஜோடுகளைப் போட்டுக் கொள்கிறேன் என்றால் கிழவன் என்றுதான் அர்த்தம்."

லுக்யானிச் காலைத் தொப்பென்று அடித்து, "அளவு சரியாக இருக்கிறது!" என்றான்.

இப்படிச் சொல்லிவிட்டு மேல் ஜோடுகளைப் பாஷா அத்தைக்குக் காட்டப் போய்விட்டான்.

ஸெர்யோஷா சாப்பாட்டு அறை நாற்காலி மேல் ஏறி மின்விளக்கைப் பொருத்தினான். மீன்கள் அசட்டுக் கண்களை உருட்டி விழித்தவாறு கண்ணாடித் தொட்டியில் நீந்தின. ஸெர்யோஷாவின் நிழல் அவற்றின் மேல் விழுந்தது. அவை நீந்தி வந்து இரையை எதிர்பார்த்து வாய்களைத் திறந்தன.

"இவை தங்களுடைய சொந்தக் கொழுப்பைக் குடிக்குமா இல்லையா என்று பார்த்தால் சுவையாக இருக்குமே" என எண்ணினான் ஸெர்யோஷா.

குப்பியிலிருந்து தக்கையை அகற்றிக் கொஞ்சம் மீன் எண்ணெயைத் தொட்டியில் விட்டான். மீன்கள் வால்களைத் தொங்கவிட்டவாறு வாயை அகலத் திறந்து கொண்டு மிதந்தனவே தவிர எண்ணெயை விழுங்கவில்லை. ஸெர்யோஷா இன்னும் கொஞ்சம் ஊற்றினான். மீன்கள் சிதறி ஓடி விட்டன...

"குடிக்க மாட்டேன் என்கின்றன" என உற்சாகமின்றி எண்ணினான் ஸெர்யோஷா.

சலிப்பு, சலிப்பு! காட்டுத்தனமான, அர்த்தமற்ற செயல்கள் புரிவதற்குத் தூண்டுகிறது. அவன் கத்தியை எடுத்துக்கொண்டு கதவில் வண்ணப் பூச்சு குமிழ்களாக உப்பியிருந்த இடங்களில் பூச்சைச் சுரண்டிவிட்டான். இதனால் அவனுக்கு மனநிறைவு ஏற்பட்டது என்று அர்த்தமல்ல. இருந்தாலும் ஏதோ வேலை. பாஷா அத்தை தனக்கு ஸ்வெட்டர் பின்னிக்கொண்டிருந்த கம்பளி நூல் உருண்டையை எடுத்து அதைக் கடைசி வரையில் பிரித்துவிட்டான், அதை மறுபடி உருண்டையாகச் சுற்றலாம் என்பதற்காக (இது அவனுக்கு வாய்க்கவில்லை). தான் செய்வது குற்றம், பாஷா அத்தை கடிந்து கொள்வாள், தான் அழுவான், அவள் இன்னும் கடிந்து கொள்வாள், தான் இன்னும் அழுவான் என்பதை ஒவ்வொரு தடவையும் அவன் உணரத்தான் செய்தான். இருந்தாலும் அவன் உள்ளத்தின் அடியாழத்தில் ஒரு திருப்தி இருந்தது: அதட்டலும் அழுகையும் நடக்கும், அப்புறம் பார்த்தால் நிகழ்ச்சி எதுவும் இல்லாமல் நேரம் போக்கிவிடவில்லை என்பது தெரியும்.

அம்மா லியோன்யாவை எடுத்துக்கொண்டு வந்ததும் கொஞ்சம் குதூகலமாயிருந்தது. கலகலப்பு தொடங்கிற்று. லியோன்யா கத்தினான். அம்மா அவனுக்குப் பால் கொடுத்தாள், அவன் துணிகளை மாற்றினாள். லியோன்யாவைக் குளிப்பாட்டினார்கள். பிறந்தபோதைவிட இப்போது அவனுக்கு அதிக மனிதச் சாயல் வந்திருந்தது. ஆனால் கொழுப்புதான் மிதமிஞ்சி இருந்தது. கிலுகிலுப்பையைக் கையில் பிடித்துக் கொள்ள அவனால் முடியும். ஆனால்

அதற்குமேல் அவனிடமிருந்து தற்போதைக்கு எதுவும் கிடைக்காது. பகல் முழுவதும் அவன் குழந்தைகள் இல்லத்தில் தன்னுடைய ஏதோ வாழ்வை வாழ்ந்து கொண்டிருந்தான், ஸெர்யோஷாவிடமிருந்து தனியாக.

கொரஸ்தெல்யோவ் நேரங் கழித்து வருவான். ஆனால் அவனை ஆளுக்கொரு பக்கமாக எல்லோரும் பிய்த்துப் பிடுங்குவார்கள். ஸெர்யோஷாவுடன் அவன் பேச ஆரம்பிப்பான், அல்லது அவனுக்குப் புத்தகம் படித்துக் காட்டுவதாக ஒப்புக் கொள்வான், அதற்குள் தொலைபேசி மணி அடிக்கும். அம்மாவும் நொடிக்கொரு தரம் அவனிடம் ஓடி வருவாள். எப்போதும் அவளுக்கு ஏதோ பேச வேண்டியிருக்கும். ஆட்கள் வேலையை முடிக்கிற வரையில் காத்திருக்க அவளால் முடியாது. இரவு தூங்குவதற்கு முன்னால் லியோன்யா வெகு நேரம் கத்திக் கொண்டிருப்பான். அம்மா கொரஸ்தெல்யோவை அழைப்பாள், அவளுக்குத்தான் கொரஸ்தெல்யோவ் கட்டாயமாக வேண்டுமே. கொரஸ்தெல்யோவ் லியோன்யாவை எடுத்துக் கொண்டு அறையில் உலாவியபடி தூங்கப் பண்ணுவான். ஸெர்யோஷாவுக்கோ உறக்கம் வந்து விடும். ஆக, கொரஸ்தெல்யோவுடன் சல்லாபம் நிச்சயமற்ற காலம் வரை இடைநின்றுவிடும்.

ஆனால் அருமையான மாலைகளும் வருவதுண்டு. அப்போது லியோன்யா கொஞ்சம் முன்னதாகச் சமாதானமாகிவிடுவான், அம்மா நோட்டு புத்தகங்களைத் திருத்த உட்கார்ந்து விடுவாள். அந்த வேளைகளில் கொரஸ்தெல்யோவ் ஸெர்யோஷாவைப் படுக்கப்போடுவான், அவனுக்குக் கதை சொல்லுவான். ஆரம்பத்தில் மோசமாகச் சொன்னான். அனேகமாகச் சொல்லவே வரவில்லை அவனுக்கு. ஆனால் ஸெர்யோஷா அவனுக்கு ஒத்தாசை செய்தான், கற்பித்தான். இப்போது கொரஸ்தெல்யோவ் மிக உற்சாகமாகக் கதை சொல்வான்:

"ஒரு காலத்தில் ராஜாவும் ராணியும் இருந்தார்கள். அவர்களுக்கு ஒரு அழகான பெண் இருந்தாள், ராஜகுமாரி..."

ஸெர்யோஷா கேட்பான், திருத்துவான், அப்படியே உறங்கிவிடுவான்.

ஸெர்யோஷா சோர்வு அடைந்து முரண்டு பிடித்த இந்தச் செயலற்ற, வெட்டியாக நீண்டு கொண்டு போன நாட்களில் கொரஸ்தெல்யோவின் புதுமைப் பொலிவும் ஆரோக்கியமும் சுடரும் முகமும் கொரஸ்தெல்யோவின் வலிய கரங்களும் அவனுடைய ஆண்மைக் குரலும் எல்லாம் ஸெர்யோஷாவுக்கு முன்னிலும் இனியவை ஆகி விட்டன... ஸெர்யோஷா உறங்கினான், எல்லாம் லியோன்யாவுக்கும் அம்மாவுக்கும் மட்டுமே இல்லை, தனக்கும் கொரஸ்தெல்யோவிடமிருந்து ஏதோ கிடைக்கிறது என்ற திருப்தியுடன்.

ஹோல்மகோரீ

ஹோல்மகோரீ. இந்தச் சொல் அம்மாவும் கொரஸ் தெல்யோவும் பேசிக்கொள்ளும்போது மேலும் மேலும் அடிக்கடி ஸெர்யோஷாவின் காதில் பட்டது.

"ஹோல்மகோரீக்கு எழுதிவிட்டாயா?"

"ஹோல்மகோரீயில் வேலைச்சுமை ஒருவேளை இவ்வளவு அதிகமாக இராது. அப்போது அரசியல் பொருளாதாரப் பரீட்சை கொடுப்பேன்."

"ஹோல்மகோரீயிலிருந்து எனக்குப் பதில் கிடைத்துவிட்டது. பள்ளிக்கூடத்தில் வேலை தருகிறார்கள்."

"நியமன அலுவலகத்திலிருந்து தொலைபேசியில் தகவல் தெரிவித்தார்கள். ஹோல்மகோரீ விஷயம் முடிவாகத் தீர்மானமாகிவிட்டதாம்."

"இதை ஹோல்மகோரீக்குச் சுமந்துகொண்டு போவது எங்கே? இதை வண்டு குடைந்து தின்று விட்டது." (செரு கறைப் பெட்டியைப் பற்றி.)

எப்போதும் ஹோல்மகோரீதான். ஹோல்மகோரீ. இது ஏதோ உயரமான இடம். ஹோல்மீ என்றால் குன்றுகள், கோரீ என்றால் மலைகள். குன்றுகளும் மலைகளும், படங்களில் இருப்பது போல. ஜனங்கள் ஒரு மலையிலிருந்து இன்னொரு

மலை மேல் ஏறுகிறார்கள். பள்ளிக்கூடம் மலை மேல் இருக்கிறது. பையன்கள் மலைகளிலிருந்து ஸ்லெட்ஜுகளில் சறுக்குகிறார்கள்.

ஸெர்யோஷா சிவப்புப் பென்சிலால் இவற்றை எல்லாம் காகிதத்தில் தீட்டினான். பின்பு அப்போதைக்குத் தனக்குத் தோன்றிய ஒரு மெட்டில் மெதுவாகப் பாடினான்:

"ஹோல்மகோரீ, ஹோல்மகோரீ."

செருகறைப் பெட்டியைப் பற்றி எப்போது பேச்சு நடந்துவிட்டதோ, நாம் ஹோல்மகோரீக்குப் போகிறோம் என்பது தெளிவாகத் தெரிகிறது.

அற்புதம். இதைவிட மேலானது எதையும் கற்பனை செய்யக்கூட முடியாது. ஷேன்யா போய் விட்டான், வாஸ்யா போய்விட்டான், நாமும் போகிறோம். நாமும் எங்கோ போகிறோம், ஒரே இடத்தில் உட்கார்ந்திருக்கவில்லை என்பது நமது மதிப்பை நிரம்ப உயர்த்துகிறது.

"ஹோல்மகோரீ தூரமோ?" என்று ஸெர்யோஷா பாஷா அத்தையிடம் கேட்டான்.

"தூரம், ரொம்ப தூரம்" என்று சொல்லிப் பெருமூச்சு விட்டாள் பாஷா அத்தை.

"நாம் அங்கே போகிறோமா?"

"ஆ, அறியேன் ஸெர்யோஷாக் கண்ணூ, உங்கள் விவகாரங்கள்..."

"அங்கே ரெயிலிலா போகவேண்டும்?"

"ஆமாம், ரெயிலில்."

"நாம் ஹோல்மகோரீ போகிறோமா?' என்று ஸெர்யோஷா கொரஸ்தெல்யோவிடமும் அம்மாவிடமும் கேட்டான். அவர்களே அவனுக்கு இதைத் தெரிவித்திருக்க வேண்டும். அப்படிச் செய்ய மறந்துவிட்டார்கள்.

அவர்கள் ஒருவரையொருவர் பார்த்துக் கொண்டார்கள், பின்பு ஒருபுறம் நோக்கினார்கள். ஸெர்யோஷா அவர்களை விழிபொருந்தப் பார்க்க வீணாக முயன்றான்.

"நாம் போகிறோமா? உண்மையாகவே நாம் போகிறோம், இல்லையா?" என்று திரும்பத் திரும்பக் கேட்டான். அவர்கள் ஏன் பதில் சொல்ல மாட்டோம் என்கிறார்கள் என்பது அவனுக்கு விளங்கவில்லை.

"அப்பாவை அங்கே வேலைக்கு அனுப்பப் போகிறார்கள்" என்று அம்மா எச்சரிக்கையுள்ள குரலில் சொல்லுகிறாள்.

"நாமும் அவருடன் போவோமா?" அவன் திட்டவட்டமான கேள்வி கேட்டான், திட்டவட்டமான பதில் எதிர்பார்த்தான். ஆனால் அம்மாவோ எப்போதும் போல முதலில் வேண்டாத வார்த்தைகளை ஏராளமாகக் கொட்டி அளந்தாள்:

"அவரைத் தனியாக விடுவது எப்படி? தனியாக அவருக்குக் கஷ்டமாக இருக்குமே: வீட்டுக்கு வருவார், வீட்டிலே ஒருவரும் இருக்கமாட்டார்கள்... வீடு பெருக்கித் துப்புரவு செய்யப்பட்டிருக்காது... சாப்பாடு போடுவதற்கு ஒருவரும் இருக்க மாட்டார்கள். பேசுவதற்கு ஆள் கிடையாது... பாவம் அப்பாவுக்கு ஒரே ஏக்கமாய் இருக்கும்..."

இத்தனையும் சொன்ன பிறகுதான் பதில் சொன்னாள்:

"நானும் அவரோடு போவேன்" என்று.

"அப்புறம் நான்?"

எதற்காகக் கொரஸ்தெல்யோவ் முகட்டைப் பார்க்கிறான்? அம்மா எதற்காக மறுபடி மௌனமாகிவிட்டாள், ஸெர்யோஷாவைக் கொஞ்சுகிறாள்?

"அப்புறம் நான்?" என்று காலைத் தொப்பென்று அடித்துக் கலவரத்துடன் மறுபடி கேட்டான் ஸெர்யோஷா.

"முதலாவது, காலைத் தொப்பென்று அடிக்காதே" என்று சொல்லிக் கொஞ்சுவதை நிறுத்தினாள் அம்மா. "இதென்ன புது வழக்கம், காலைத் தொப்பென்று அடிப்பது? இனிமேல் இந்த மாதிரிச் செய்யாதே, சொல்லிவிட்டேன்!

இரண்டாவது, நன்றாக ஆலோசிப்போம் வா. நீ இப்போது எப்படிப் போக முடியும்? இப்பொழுதுதான் உனக்கு உடம்பு நேராகியிருக்கிறது. இன்னும் உடம்பு தேறவில்லை. கொஞ்சம் கவனம் பிசகினால் போதும், உனக்குக் காய்ச்சல் வந்து விடுகிறது. அங்கே வசதிகள் எப்படி இருக்குமோ நமக்கு. அந்தப் பருவ நிலையும் உனக்கு ஒத்துவராது. அங்கே நீ ஓயாமல் வியாதியாய்ப் படுத்துக்கொள்வாய், உனக்கு உடம்பு தேறவே தேறாது. நோயாளியான உன்னை நான் யார் பொறுப்பில் விடுவேன்? உன்னை இப்போதைக்கு அழைத்துப் போகக் கூடாது என்று மருத்துவர் சொல்லியிருக்கிறார்'' என்றாள்.

அவள் பேசி முடிப்பதற்கு வெகுநேரம் முன்பே அவன் கண்ணீர் பெருக்கிக் கதறி அழுதான். அவனைக் கூட்டிக்கொண்டு போக மாட்டார்களாம்! அவனை விட்டுவிட்டுத் தாங்கள் மட்டும் போவார்களாம்! அவள் மேற்கொண்டு சொன்னதைக் கதறலில் அவன் சிரமத்துடன்தான் கேட்க முடிந்தது.

"பாஷா அத்தையும் லுக்யானிச்சும் உன்னோடு இருப்பார்கள். எப்போதும் போலவே நீ அவர்களோடு இருந்து வருவாய்" என்றாள் அம்மா.

ஆனால் அவனுக்கு எப்போதும் போல இருக்கப் பிடிக்க வில்லை. கொரஸ்தெல்யோவுடனும் அம்மாவுடனும் வாழ அவன் விரும்புகிறான்.

"நான் ஹோல்மகோரீ போக விரும்புகிறேன்!" என்று வீரிட்டான்.

"இந்தா என் கண்ணே. அழுகையை நிறுத்து! ஹோல் மகோரீயில் என்ன வைத்திருக்கிறது உனக்கு? அங்கே ஒன்றும் விசேஷமானது கிடையாது..."

"பொய்!"

'அம்மாவை எதற்காக அப்படிச் சொல்கிறாய்? அம்மா எப்போதும் உண்மையே சொல்வாள்... நீ என்ன சதாகாலத்துக்குமா இங்கே இருக்கப் போகிறாய், என் அசட்டுக் கண்ணே. ஊம், நிறுத்து போதும்... குளிர்காலத்தை

இங்கே கழிப்பாய், வசந்த காலத்திலோ அல்லது ஒரு வேளை கோடைகாலத்திலோ, உன்னை அழைத்துப் போவதற்கு அப்பா வருவார், இல்லாவிட்டால் நான் வருவேன். உன்னைக் கூட்டிக்கொண்டு போவோம். உன் உடம்பு தேறியதுமே அழைத்துப் போவோம், எல்லோரும் மறுபடி ஒன்றாக இருப்போம். உன்னை நீண்ட காலம் விட்டுவிட்டு இருக்க எங்களால் முடியுமா? நினைத்துப் பார்."

ஆமாம். கோடைகாலத்துக்குள் அவனுக்கு உடம்பு தேறாவிட்டாலோ? ஆமாம், குளிர் காலத்தைக் கழிப்பது என்ன லேசா? குளிர்காலம் எவ்வளவு நீண்டது. எப்படி முடிவற்றது... அவர்கள் போய்விடுவார்கள், அவன் போகப்போவதில்லை என்பதைத் தாங்குவதுதான் எப்படி? அவன் இல்லாமல் அவர்கள் தொலைதூரத்தில் வசிப்பார்கள், அவர்களுக்கு எல்லாம் ஒன்றுதானே, ஒரு பொருட்டில்லையோ? அவர்கள் ரெயிலில் போவார்கள். அவனுக்கும் ரெயிலில் போக ஆசையாயிருக்கிறது, அவனைக் கூட்டிச் செல்ல மாட்டார்களாம்! கடுமையான மனத்தாங்கலும் துன்பமும் எல்லாம் ஒன்றாக வந்து சேர்ந்து கொண்டன. ஆனால் தனது துன்பத்தை மிகச் சாதாரண வார்த்தைகளில்தான் அவனால் வெளியிட முடிந்தது:

"நான் ஹோல்மகோரீக்குப் போக விரும்புகிறேன்! நான் ஹோல்மகோரீக்குப் போக விரும்புகிறேன்!"

"த்மீத்ரிய், கொஞ்சம் தண்ணீர் கொண்டு வந்து கொடேன்" என்றாள் அம்மா. பின்பு, "இந்தா, தண்ணீர் குடி, ஸெர்யோஷாக் கண்ணூ. இப்படி அலங்கோலமாக முரண்டு பண்ணலாமா? நீ என்னதான் கத்தினாலும் அதற்கு ஒரு அர்த்தமும் கிடையாது. எப்போது மருத்துவர் கூடாது என்று சொல்லிவிட்டாரோ, கூடாதுதான். ஊம், சமாதானப்படு, கண்ணே. நீதான் கெட்டிக்காரப் பையன் ஆயிற்றே, நெஞ்சைத் தேற்றிக்கொள். ஸெர்யோஷாக் கண்ணூ, நான் படித்துக் கொண்டிருந்தபோது உன்னைத் தனியாக விட்டுவிட்டு எத்தனை தரம் வெளியூர் போயிருக்கிறேன், அதற்குள் மறந்துவிட்டாயா? வெளியூர் போவேன், மறுபடி திரும்பி வருவேன், நிஜந்தானே? நான் இல்லாமல் நீ நன்றாகத்தானே வாழ்ந்தாய். நான் போன பொழுது ஒரு தரங்கூட நீ அழவில்லையே. ஏனென்றால்

நான் இல்லாத போதும் நீ சௌக்கியமாக வாழ்ந்தாய். நினைவு படுத்திக்கொள். இப்போது எதற்காக இப்படி அழுது கலக்கினாய்? உன்னுடைய சொந்த நன்மைக்காக நாங்கள் இல்லாமல் கொஞ்சகாலம் வாழ உன்னால் முடியாதா என்ன?"

இவளுக்கு எப்படி விளக்குவது? அப்போது நிலைமை வேறு. அவன் அப்பொழுது சின்னவன், அசடன். அவள் வெளியூர் போவாள், அவனுக்கு அவளது பழக்கம் விட்டுப்போகும். அவள் திரும்பியதும் அவன் மறுபடி அவளிடம் பழகிவிடுவான். அவள் தனியாக வெளியூர் செல்வாள். இப்போதோ அவள் கொரஸ்தெல்யோவையும் அவனிடமிருந்து அழைத்துச் சென்றுவிடுவாள்... "லியோன்யாவை அவள் தன்னுடன் எடுத்துப் போவாள், கட்டாயமாக" என்ற புதிய எண்ணம் புதிய வேதனையை அளித்தது. இதை நிச்சயப்படுத்திக் கொள்வதற்காக அவன் மென்று விழுங்கிக் கொண்டு, உதடுகளைக் குவித்தவாறு கேட்டான்:

"லியோன்யாவோ?" என்று.

"ஆனால் அவன் சின்னாணிப் பையனாயிற்றே" என்று கடிந்து கொண்டு முகம் சிவந்தாள் அம்மா. "நான் இல்லாமல் அவனால் முடியாது, புரிகிறதா? நான் இல்லாவிட்டால் அவன் மடிந்து போவானே! தவிர அவன் ஆரோக்கியசாலி. அவனுக்குக் காய்ச்சல் வருவதில்லை, டான்சில்கள் வீங்குவதில்லை" என்றாள்.

ஸெர்யோஷா தலையைத் தொங்கப் போட்டுக் கொண்டு மறுபடி அழத் தொடங்கினான் - ஆனால் இப்போது சத்தமில்லாமல், நம்பிக்கையே இன்றி.

லியோன்யாவும் இங்கேயே இருந்தான் என்றாலாவது அவன் எப்படியேனும் சமாதானப்படுத்திக் கொள்வான். ஆனால் அவர்கள் அவன் ஒருவனை மட்டும் விட்டுவிட்டுப் போவார்கள். அவன் ஒருவன் மட்டுமே அவர்களுக்கு வேண்டாதவன்!

"விதியின் விளையாட்டு" என்று சித்திரக் குள்ளன் கதையில் வரும் கைப்பான சொற்களில் எண்ணமிட்டான் ஸெர்யோஷா.

தாயார் மீது ஏற்பட்ட மனத்தாங்கலுடன் - இந்த மனத்தாங்கல் அவன் உள்ளத்தில் நீங்காத வடுவை ஏற்படுத்திவிடும், அவன் உலகில் எவ்வளவு காலம் வாழ்ந்தாலும் இந்த வடு மறையாது - தனது சொந்தக் குற்றம் பற்றிய உணர்ச்சியும் சேர்ந்துகொண்டது: அவன் குற்றவாளி, குற்றவாளி! அவன் நிச்சயமாக லியோன்யாவை விட மோசம்தான். அவனுடைய டான்சில்கள் வீங்கி விடுகின்றன. அதனால்தான் லியோன்யாவை அழைத்துப் போகிறார்கள், அவனை அழைத்துப் போகவில்லை!

கொரஸ்தெல்யோவ் "ஹூம்" என்று பெருமூச்செறிந்து அறையிலிருந்து வெளியே போனான். ஆனால் மறுகணமே திரும்பி வந்து, "ஸெர்யோஷா, உலாவப் போகலாம் வா. தோப்புக்கு" என்றான்.

"இந்த ஈரத்திலா? மறுபடி காய்ச்சலாகப் படுத்துவிடப் போகிறானே!" என்றாள் அம்மா.

கொரஸ்தெல்யோவ் மறுப்பைக் காட்டும் வகையில் கையை வீசி ஆட்டினான்.

"இப்போதும் அவன் காயலாவாகத்தானே இருக்கிறான். போகலாம் வா, ஸெர்யோஷா" என்றான்.

ஸெர்யோஷா தேம்பிக்கொண்டே அவன் பின்னே சென்றான். கொரஸ்தெல்யோவ் தானே அவனுக்கு மேலுடை அணிந்தான். லேஞ்சியை மட்டும் அம்மாவைக் கொண்டு கட்டுவித்தான். ஒருவர் கையை ஒருவர் பிடித்துக்கொண்டு அவர்கள் தோப்பை நோக்கி நடந்தார்கள்.

கொரஸ்தெல்யோவ் சொன்னான்:

"வேண்டும் என்று ஒரு வார்த்தை உண்டு. ஹோல்மகோரீ போக எனக்கு ஆசையாக இருக்கிறது என்று நினைக்கிறாயா? அல்லது அம்மாவுக்கு? கிடையவே கிடையாது. மாறாக எங்கள் திட்டங்கள் எல்லாம் ஒரே கந்தரகோளம் ஆகிவிட்டன. ஆனால் போகவேண்டும், அதனால் போகிறோம். என்னுடைய சொந்த வாழ்க்கையில் இந்த மாதிரிச் சந்தர்ப்பங்கள் எத்தனையோ நேர்ந்திருக்கின்றன."

“ஏன்?” என்று கேட்டான் ஸெர்யோஷா.

“அதுதான் வாழ்க்கை, தம்பீ.”

கொரஸ்தெல்யோவ் ஆழ்ந்த முறையில், துயரத்துடன் பேசினான். அவனுக்கும் மகிழ்ச்சி இல்லை என்ற விஷயம் நெஞ்சுக்கு ஒரு சிறிது இதமாயிருந்தது.

“அம்மாவும் நானும் அங்கே போவோம். ஆயிற்று, போனதும் போகாததுமாகப் புதிய வேலையில் ஈடுபட வேண்டும். அதோடு லியோன்யா, அவனை அவசரமாகக் குழந்தைகள் இல்லத்தில் சேர்த்தாக வேண்டும். ஒரு வேளை குழந்தைகள் இல்லம் தொலைவில் இருந்தாலோ? தாதியைத் தேட வேண்டி வரும். அதுவும் மிகச் சிக்கல் பிடித்த வேலை. எனக்கோ பரீட்சை கொடுத்தாக வேண்டும், மண்டை வெடித்துப் போனாலும் சரியே. எங்கே திரும்பினாலும் வேண்டும், வேண்டும் என்ற பல்லவிதான். உனக்கோ ஒன்றே ஒன்றுதான் வேண்டும். தற்போதைக்கு இங்கே காத்திருக்க வேண்டும், அவ்வளவுதான். எங்களோடு சேர்ந்து உன்னையும் தொல்லைப்பட வைப்பானேன்? இன்னும் மோசமாக நோய்ப்படுவாய்...”

வைக்கவே வேண்டாம். அவன் இசைந்தான், தயாராக இருந்தான், ஆவல் கொண்டு துடித்தான் அவர்களோடு சேர்ந்து தொல்லைப்படுவதற்கு. அவர்களுக்கு நேர்வது அவனுக்கும் நேரட்டும். கொரஸ்தெல்யோவின் குரல் எவ்வளவுதான் நம்பிக்கை ஊட்டுவதாக இருந்த போதிலும், தன்னை அவர்கள் விட்டுச் செல்வது தனக்கு அங்கே காய்ச்சல் வந்துவிடும் என்பதால் அல்ல, நோயாளியான தான் அவர்களுக்குச் சுமையாக இருப்பான் என்பதால்தான் என்ற எண்ணத்திலிருந்து அவனால் விடுபட முடியவில்லை. அன்புக்கு உகந்தது எதுவும் சுமையாக இருக்க முடியாது என்பதை அவன் உள்ளம் புரிந்து கொண்டிருந்தது. புரிவதற்குப் பக்குவமாகியிருந்த அந்த உள்ளத்தில் அவர்களது அன்பு பற்றிய சந்தேகம் மேலும் மேலும் கூர்மையாகத் துளைத்துப் புகுந்தது.

தோப்பை அடைந்தார்கள். அது வெறிச்சோடி ஏக்கத் தோற்றம் அளித்தது. இலைகள் முற்றிலும் உதிர்ந்துவிட்டன.

மொட்டை மரங்களில் கரிய பறவைக்கூடுகள் தொங்கின. மோசமாகச் சுருட்டப்பட்ட கறுப்புக் கம்பளிநூல் உருண்டைகள் போலக் காட்சி தந்தன அவை. கொரஸ்தெல்யோவின் கையைப் பிடித்துக் கொண்டு இலைப் பழுப்புக்களின் ஈரப் படிவுகளை மேல் ஜோடுகளால் மிதித்துச் சப்புக் கொட்டுவது போன்ற ஒலியைக் கிளப்பியவாறு மரங்களின் அடியில் நடந்தபடி ஸெர்யோஷா சிந்தனை செய்தான். திடீரென அவன் எவ்வித உணர்ச்சியையும் வெளியிடாமல், "இருந்தாலும் பரவாயில்லை" என்றான்.

கொரஸ்தெல்யோவ் அவன் பக்கம் குனிந்து, "என்ன இருந்தாலும் பரவாயில்லை?" என்று கேட்டான்.

ஸெர்யோஷா பதில் சொல்லவில்லை.

கொரஸ்தெல்யோவ் சற்று நேரம் பேசாதிருந்த பின் "பார்க்கப்போனால் தம்பீ, கோடை காலம் வரையில்தானே!" என்று கலக்கத்துடன் கூறினான்.

ஸெர்யோஷா பின்வருமாறு பதில் சொல்ல விரும்பியிருப்பான்: நான் ஏதேனும் நினைத்தாலும் சரி, நினைக்காவிட்டாலும் சரி, அழுதாலும் சரி, அழாவிட்டாலும் சரி, அதற்கு எந்த அர்த்தமும் கிடையாது. நீங்கள் பெரியவர்கள், எல்லாம் வல்லவர்கள். தடை செய்வீர்கள், அனுமதிப்பீர்கள், பரிசு கொடுப்பீர்கள், தண்டிப்பீர்கள். நான் இங்கே இருக்க வேண்டும் என்று நீங்கள் சொல்லி விட்டால், நான் என்ன செய்தாலும் சரியே, உங்களுக்கு ஒன்றும் பரவாயில்லை, நீங்கள் என்னை விட்டுவிட்டுப் போய்விடுவீர்கள். அவனால் முடிந்திருந்தால் இந்த மாதிரி பதில் சொல்லியிருப்பான். பெரியவர்களின் பிரமாண்டமான, வரம்பற்ற அதிகாரத்துக்கு முன் தனது நிர்க்கதியான நிலைமைபற்றிய உணர்வு அவனை முற்றிலும் ஆட்கொண்டுவிட்டது...

அன்று முதல் அவன் பெரும்பாலும் குரலையே காட்டுவதில்லை. "ஏன்?" என்று அனேகமாகக் கேட்பதில்லை. அடிக்கடி தனியாக ஒதுங்கி, பாஷா அத்தையின் மெத்தை தைத்த விசுப்பலகை மேல் கால்களை நீட்டியபடி உட்கார்ந்து வாய்க்குள்ளாக ஏதோ முணுமுணுப்பான். முன்போலவே இப்போதும் அவனை அரிதாகவே வெளியே விளையாட

அனுமதித்தார்கள். ஈரிப்பும் சேறும் நிறைந்த இலையுதிர்காலம் இழுத்துக்கொண்டு போயிற்று. இலையுதிர் காலத்துடன் சேர்ந்து நோயும் நீடித்தது.

கொரஸ்தெல்யோவ் அவனுடன் இருப்பது அனேகமாகக் கிடையாது. காலையிலேயே அவன் போய்விடுவான் வேலையை ஒப்புக் கொடுக்க (அப்படித்தான் இப்போது அவன் சொல்வது வழக்கம்: "நல்லது, நான் போகிறேன் அவேர்க்கியேவுக்கு வேலையை ஒப்புக் கொடுக்க"). ஆனால் அவன் ஸெர்யோஷாவை நினைவில் வைத்திருந்தான். ஒரு தரம் படுக்கைவிட்டு எழுந்ததும் கட்டிலின் அருகே புதிய கனசதுரங்கள் இருந்ததை ஸெர்யோஷா கண்டான். இன்னொரு தரம் பழுப்புக் குரங்குப் பொம்மை இருந்தது. ஸெர்யோஷாவுக்குக் குரங்குப் பொம்மைமேல் மோகம் உண்டாகிவிட்டது. அதுதான் அவன் மகள். அவள் அழகி, கதையில் வரும் ராஜகுமாரி போல. அவன் அவளிடம் பேசுவான் "இந்தா தம்பீ" என்று. அவன் ஹோல்மகோரீ போனான், அவளையும் உடன் அழைத்துச் சென்றான். அவளுடைய குளிர்ந்த பிளாஸ்டிக் மூஞ்சியை முத்தமிட்டுக் கிசுகிசுத்து அவளை உறங்கப் பண்ணுவான் ஸெர்யோஷா,

புறப்படுவதற்குத் தலைக்கு நாள்

முகமறியாத ஆட்கள் வந்து, சாப்பாட்டு அறையிலும் அம்மாவின் அறையிலும் இருந்து தட்டுமுட்டுச் சாமான்களை நகர்த்தி, மரவுரிப்பாய்களில் சுற்றிக் கட்டினார்கள். திரைகளையும் விளக்கு ஷேடுகளையும் சுவர்களில் தொங்கிய படங்களையும் அம்மா அகற்றினாள். அறைகளில் ஒரே தாறுமாறாகவும் அசௌகரியமாகவும் இருந்தது. வார்க் கயிற்றுத் துண்டுகள் தரையில் இரைந்துகிடந்தன. நிறம் வெளுத்துவிட்ட சுவர்க்காகிதங்களில் படங்கள் தொங்கிய இடங்கள் மட்டும் ஆழ்ந்த நிறச் சதுரங்களாகக் காட்சி தந்தன. பாஷா அத்தையின் அறையும் சமையலறையும் மாத்திரமே இந்தச் சோர்வூட்டும் அலங்கோலத்துக்கு நடுவே துப்புரவான சிறு தீவுகளாக விளங்கின. திறந்த மின்சார விளக்குகள் வெறுமையான சுவர்கள் மீதும் வெற்றான ஜன்னல்கள்

மீதும் செம்பழுப்பு மரவுரிப்பாய்கள் மீதும் ஒளி வீசின, ஒன்றன்மேல் ஒன்றாக அடுக்கப்பட்ட நாற்காலிகள் கீறல்கள் விழுந்த கால்களை விட்டத்தை நோக்கித் தூக்கியவாறு குவிந்து கிடந்தன.

இன்னொரு நேரமாயிருந்தால் இங்கே ஒளிந்து விளையாடுவது நன்றாயிருக்கும். ஆனால் அதற்கேற்ற நேரம் இல்லை இது...

ஆட்கள் இரவு வெகுநேரத்துக்குப் பின்பே போனார்கள். வீட்டார் எல்லோரும் களைத்துப் போய், உறங்குவதற்காகப் படுத்துக்கொண்டார்கள். லியோன்யாவும் முன்னிரவில்தான் எவ்வளவு கத்த வேண்டுமோ அவ்வளவு கத்தித் தீர்த்து விட்டுத் தூங்கிப் போய்விட்டான். லுக்யானிச்சும் பாஷா அத்தையும் படுக்கையில் நெடுநேரம் கிசுகிசுத்து மூக்கை உறிஞ்சிக் கொண்டிருந்தார்கள். கடைசியில் அவர்களும் உறங்கிவிட்டார்கள். லுக்யானிச்சின் குறட்டையும் பாஷா அத்தையின் மூக்கிலிருந்து வரும் மெல்லிய தூக்கச் சீழ்க்கையும் கேட்கலாயின.

கொரஸ்தெல்யோவ் ஒருவன் மட்டுமே சாப்பாட்டு அறையில் மரவுரிப்பாய் விரித்த மேஜை அருகே இடம் செய்துகொண்டு திறந்த விளக்கு வெளிச்சத்தில் ஏதோ எழுதிக் கொண்டிருந்தான். திடீரென்று முதுகுக்குப்பின் பெருமூச்சு ஒலி கேட்டுத் திரும்பிப் பார்த்தான். நீண்ட சட்டை அணிந்து, வெறுங்காலனாய், தொண்டையைச் சுற்றித் துணிக் கட்டுடன் ஸெர்யோஷா நிற்கக் கண்டான்.

“நீ என்ன?” என்று கிசுகிசுத்த குரலில் கேட்டு எழுந்து நின்றான் கொரஸ்தெல்யோவ்.

“கொரஸ்தெல்யோவ்! என் அன்பனே, இனியவனே, நான் உன்னைக் கெஞ்சிக் கேட்கிறேன், தயவுசெய்து என்னையும் அழைத்துக்கொண்டு போ!” என்றான் ஸெர்யோஷா.

தூங்குபவர்களை எழுப்பிவிடாதிருப்பதற்காக அழுகையை அடக்கிக்கொள்ள முயன்றவாறு விம்மலானன்.

கொரஸ்தெல்யோவ் அவனை வாரி எடுத்துக் கொண்டு, “இது என்ன தம்பீ, செய்கிறாய்? தரை குளிர்ந்திருக்கிறது,

வெறுங்காலோடு நடக்கக் கூடாது என்று சொல்லியிருக்கிறார்கள் அல்லவா? உனக்கே தெரியுமே ஊம்?... நாம்தான் எல்லாம் பேசி ஒப்பந்தம் செய்துகொண்டாயிற்றே" என்றான். "நான் ஹோல்மகோரீ போக விரும்புகிறேன்!" என்று தேம்பி அழுதான் ஸெர்யோஷா.

"பார்த்தாயா, கால்கள் அதற்குள் குளிர்ந்து விறைத்துப் போய்விட்டனவே" என்று சொல்லி ஸெர்யோஷாவின் சட்டைத் தலைப்பால் அவனுடைய கால்களைப் போர்த்தி, விம்மலால் நடுங்கிக் கொண்டிருந்த அவனது மெலிந்த மேனியைத் தன் உடலுற அணைத்துக் கொண்டான் கொரஸ்தெல்யோவ். "விஷயம் இந்த மாதிரி வந்து அமைந்து கொண்டால் அதற்கு என்ன செய்வது? உனக்கே தெரிந்ததுதானே. உனக்கு உடம்புக்கு வந்து கொண்டே இருந்தால்..."

அவன் சொல்ல வந்ததை முடிப்பதற்குள் ஸெர்யோஷா குறுக்கிட்டு, "இனிமேல் எனக்கு உடம்புக்கு வரவே வராது!" என்றான்.

"உனக்கு உடம்பு நேரானதுமே நான் வந்து விடுகிறேன் உன்னை அழைத்துக்கொண்டு போக"

"நீ பொய் சொல்லவில்லையே?" என்று ஏக்கத்துடன் கேட்டு அவன் மார்பைக் கையால் பற்றினான் ஸெர்யோஷா.

"தம்பீ, நான் உன்னிடம் இதுவரை பொய் சொன்னதே இல்லை."

"உண்மைதான், பொய் சொன்னதே இல்லைதான். ஆனாலும் பொதுவாகச் சில வேளைகளில் இவன் பொய் சொல்லத்தான் செய்கிறான். அவர்கள் எல்லோருமே சில வேளைகளில் புளுகுகிறார்கள். ஒருகால் இப்போதும் இவன் என்னிடம் பொய் சொல்லுகிறானோ?" - இவ்வாறு எண்ணமிட்டான் ஸெர்யோஷா.

மோவாயின் அடியில் முட்கள்போல் உறுத்திய இந்த ஆண்மகனது உறுதியான கழுத்தைத் தன்னுடைய கடைசி ஆதரவாகப் பற்றிக்கொண்டான் சிறுவன். அவனுடைய முதன்மையான நம்பிக்கையும் காப்பும் காதலும் இந்த

மனிதனிடமே இருந்தன. கொரஸ்தெல்யோவ் அவனைத் தூக்கிக் கொண்டு சாப்பாட்டு அறையில் நடை போட்டவாறு கிசுகிசுத்தான். இந்த உரையாடல் முழுவதும் கிசுகிசுப்புக் குரலிலேயே நடந்தது:

"...நான் வருவேன். நீயும் நானும் ரெயிலில் போவோம்... ரெயில் வேகமாகப் போகும்... வண்டிப் பெட்டிகளில் ஆட்கள் ஒரு முட்டாக நிறைந்திருப்பார்கள். நாம் நிதானிப்பதற்குள் அம்மாவிடம் போய்ச் சேர்ந்துவிடுவோம்... எஞ்சின் ஊதும்..."

ஸெர்யோஷா சித்திரவதை போன்ற வேதனையை அனுபவித்துக்கொண்டு சிந்தனை செய்தான்:

"என்னை அழைத்துப்போக வருவதற்கு இவனுக்குக் கூட நேரம் கிடைக்காது. அதுதான் சிக்கல். அம்மாவுக்கும் நேரம் இருக்காது. பலவகை மனிதர்கள் தினந்தோறும் அவர்களைப் பார்க்க வருவார்கள், தொலைபேசியில் அழைப்பார்கள், எப்போதும் அவர்கள் வேலையில் ஈடுபட்டிருப்பார்கள், இல்லாவிட்டால் பரீட்சை கொடுத்துக் கொண்டிருப்பார்கள், அல்லது லியோன்யாவைச் சீராட்டிக் கொண்டிருப்பார்கள். இங்கே நான் எதிர்பார்த்துக் காத்துக்கொண்டே இருப்பேன். இவர்களோ வரவே மாட்டார்கள்..."

"... நாம் வசிக்கப் போகிற ஊரிலே உண்மையான காடு உண்டு. நமது தோப்பு போல அல்ல, நிஜமான காடு, காளான்களும் கனிகளும் உள்ளது..."

"ஓநாய்களுமா?"

"அது எனக்குத் தெரியாது. ஓநாய்களைப் பற்றித் தனிப்பட விசாரித்து உனக்குக் கடிதத்தில் எழுதுகிறேன். அங்கே ஆறு இருக்கிறது, நீயும் நானும் நீந்திக் குளிக்கப் போவோம்... நான் உனக்குக் கைமாற்று நீச்சுப் போடக் கற்றுத் தருவேன்..."

ஸெர்யோஷாவின் உள்ளத்தில் நம்பிக்கை மீண்டும் துளிர்த்தது. சந்தேகப்படுவது சலித்துப் போயிற்று. "யார் கண்டது? ஒரு வேளை இதெல்லாம் உண்மையிலேயே நடக்கலாம்" என்று எண்ணினான்.

“தூண்டில் செய்வோம், மீன் பிடிப்போம்... அடே, அதோ பார்! வெண்பனி பெய்கிறது!”

அவன் ஸெர்யோஷாவைத் தூக்கிக் கொண்டு ஜன்னலோரம் சென்றான். பெரிய வெண் சிதள்கள் ஜன்னலுக்கு வெளியே காற்றில் மிதந்தன. பின்பு விரிந்து பரவி, கணப்போதில் ஜன்னலில் ஒட்டிக்கொண்டன.

ஸெர்யோஷா அவற்றை வியந்து நோக்கினான். அவன் களைத்து அடங்கிப் போய், கொதிக்கும் ஈரக் கன்னத்தைக் கொரஸ்தெல்யோவின் முகத்தோடு அழுத்திக் கொண்டான்.

“இதோ, குளிர்காலம் வந்துவிட்டது! மறுபடி நிறைய வெளியே போவாய். ஸ்லெட்ஜில் சறுக்கி விளையாடுவாய். கண்மூடிக் கண் திறப்பதற்குள் பொழுது ஓடிப்போகும்...”

ஸெர்யோஷாவுக்கு வேறோரு கவலை வந்து விட்டது. ‘‘ஒன்று கேள். என் ஸ்லெட்ஜில் கயிறு ரொம்ப மோசமாயிருக்கிறது. புதிய கயிறு கட்டித் தாயேன்” என்று துயரத்துடன் கூறினான்.

“ஆகட்டும். நிச்சயமாகக் கட்டித் தருகிறேன். நீ தம்பீ, எனக்கு வாக்குக் கொடு, இனிமேல் அழுவதில்லை என்று, சரிதானா? உனக்கும் கெடுதல், அம்மாவும் மனம் கலங்குகிறாள், தவிர, பொதுவாகவே இது ஆண்பிள்ளைக்குரிய வேலை அல்ல. எனக்கு இது பிடிக்காது... வாக்குக் கொடு, இனிமேல் அழுவதில்லை என்று.”

“ஊம்” என்றான் ஸெர்யோஷா.

“வாக்குக் கொடுக்கிறாயா? உறுதியாக?”

“ஊம்.”

“சரி, பார்த்துக்கொள், உன் ஆண்பிள்ளை வாக்கை நம்புகிறேன்.”

களைத்துத் துவண்டு கனத்துப்போன ஸெர்யோஷாவை அவன் பாஷா அத்தையின் அறைக்குக் கொண்டுபோய்,

படுக்கவைத்துப் போர்வையால் போர்த்தினான். ஸெர்யோஷா இடையிட்ட நீண்ட பெருமூச்சு விட்டு அக்கணமே உறங்கிப் போனான். கொரஸ்தெல்யோவ் சற்று நின்று அவனை நோக்கினான். சாப்பாட்டு அறையிலிருந்து வந்த வெளிச்சத்தில் ஸெர்யோஷாவின் முகம் சின்னதாக, மஞ்சள் பாரித்திருந்தது. கொரஸ்தெல்யோவ் திரும்பி நுனிக்கால்களால் நடந்து வெளியேறினான்.

பயண நாள்

பயண நாள் வந்துவிட்டது.

வெயிலுமின்றிக் குளிருமின்றிக் கருங்கும்மென்றிருந்தது பகல். தரையில் பெய்த வெண் பனி இரவுக்குள் உருகிவிட்டது. வீட்டுக்கூரைகள் மேல் மட்டுமே மெல்லிய படலங்களாகப் படிந்திருந்தது. வானம் சாம்பல் நிறமாக இருந்தது. நீர்க் குட்டங்கள் தேங்கியிருந்தன. ஸ்லெட்ஜாவது ஒன்றாவது. வெளியே போகவே அருவருப்பாயிருந்தது.

இந்த மாதிரிப் பருவ நிலையில் எதையும் எதிர்பார்ப்பது வீண்தான். நல்லது எதுவும் நடப்பது சந்தேகமே.

இருந்தாலும் கொரஸ்தெல்யோவ் ஸ்லெட்ஜுக்குப் புதுக் கயிறு கட்டிவிட்டான். ஸெர்யோஷா ஆளோடியில் எட்டிப்பார்த்தான், புதுக் கயிறு கட்டப்பட்டிருந்தது.

கொரஸ்தெல்யோவ் எங்கோ அவசரமாகப் போய்விட்டான். அம்மா உட்கார்ந்து லியோன்யாவுக்குப் பால் கொடுத்துக் கொண்டிருந்தாள். எப்போது பார்த்தாலும் அவள் அவனுக்குப் பால்கொடுத்துக் கொண்டே இருந்தாள்.

“பார், இவனுக்கு எவ்வளவு வேடிக்கையான மூக்கு” எனப் புன்னகையுடன் ஸெர்யோஷாவிடம் சொன்னாள்.

ஸெர்யோஷா பார்த்தான். மூக்கு என்னவோ இருக்கிறபடிதான் இருந்தது. “இவளுக்கு அவன் மேலே பிரியம். அதனால்தான் அவனுடைய மூக்கு இவளுக்குப்

பிடித்திருக்கிறது. முன்பெல்லாம் என்மேல் பிரியமாயிருந்தாள். இப்போது அவன் மேலே" என்று நினைத்தான் ஸெர்யோஷா.

பின்பு அவன் பாஷா அத்தையிடம் போய் விட்டான். அவளிடம் ஆயிரம் மூடநம்பிக்கைகள்தான் இருக்கட்டுமே. இருந்தாலும் அவள் அவனோடு தங்கியிருப்பாள், அவனை நேசிப்பாள்.

"நீ என்ன செய்கிறாய்?" என்று அலுத்த குரலில் கேட்டான்.

"உனக்குத் தெரியவில்லையா என்ன, கறியடை தட்டிக் கொண்டிருக்கிறேன்" எனத் தர்க்கப் பொருத்தமாகப் பதிலளித்தாள் பாஷா அத்தை.

"எதற்காக இவ்வளவு நிறைய?"

உலர்ந்த ரொட்டித் தூளில் புரட்டிய பச்சைக் கறியடைகள் மேஜை முழுவதிலும் பரப்பப்பட்டிருந்தன.

"ஏனென்றால் நாம் எல்லோரும் சாப்பிடுவதற்கும் பயணம் போகிறவர்களுக்கு வழிச்சாப்பாட்டுக்கும் வேண்டுமே."

"அவர்கள் சீக்கிரம் போய்விடுவார்களோ?" என்று கேட்டான் ஸெர்யோஷா.

"ரொம்பச் சீக்கிரமில்லை. சாயங்காலம்."

"எத்தனை மணி நேரத்தில்?"

"இன்னும் நிறைய மணி நேரத்தில். அவர்கள் புறப்படுகிறபோது இருட்டாகிவிடும். வெளிச்சம் இருக்கும்வரை புறப்பட மாட்டார்கள்."

அவள் மேலும் கறியடைகள் தட்டலானாள். அவன் நெற்றியை மேஜை விளிம்பில் வைத்துக் கொண்டு எண்ணமிட்டான்:

"லுக்யானிச்சும் என்னை நேசிக்கிறான். அவன் என்னை இன்னும் அதிகமாக நேசிப்பான். சும்மா எல்லையில்லாமல் நேசிப்பான். நான் லுக்யானிச்சுடன் தோணியில் போய் மூழ்கிவிடுவேன். என்னை மண்ணில் புதைப்பார்கள், கொள்ளுப் பாட்டியைப் புதைத்தது போல.

கொரஸ்தெல்யோவும் அம்மாவும் இதை அறிந்து அழுவார்கள். அவனை நாம் ஏன் நம்மோடு கூட்டிவரவில்லை, அவன் அவ்வளவு கெட்டிக்காரனாக, அவ்வளவு கீழ்ப்படிவுள்ள பையனாக இருந்தானே, அழுவதில்லை, பைத்தியம் பிடிக்க அடிப்பதில்லையே. அவனுக்கு முன்னே லியோன்யா - த்தூ! இல்லை, என்னை மண்ணில் புதைப்பது வேண்டாம், அது பயங்கரம். அங்கே தனியாகக் கிடக்க வேண்டி வரும்... நாம் இங்கே நன்றாக வாழ்வோம். லுக்யானிச் எனக்கு ஆப்பிள்களும் சாக்லேட்டும் வாங்கி வருவான். நான் பெரியவனாவேன். நெடுந்தூரப் பயணக்கப்பல் காப்டன் ஆகிவிடுவேன். கொரஸ்தெல்யோவும் அம்மாவும் மோசமாக வாழ்வார்கள். ஒரு நாள் அவர்கள் வந்து, விறகு பிளக்க உத்தரவு கொடுங்கள் என்பார்கள். நான் பாஷா அத்தையிடம் சொல்வேன்: "இவர்களுக்கு நேற்றைய சூப் கொடு" என்று..."

இப்படி எண்ணுகையில் கொரஸ்தெல்யோவ் மேலும் அம்மா மேலும் இரக்கத்தால் தாங்க முடியாத துயரம் பொங்கவே அவன் கண்ணீர் பெருக்கினான். ஆனால் பாஷா அத்தை, "அட என் ஆண்டவனே!" என்று கூவியதுமே கொரஸ்தெல்யோவுக்குத் தான் கொடுத்த வாக்கு அவனுக்கு நினைவுக்கு வந்துவிட்டது.

"நான் இனிமேல் அழ மாட்டேன்!" என்று அரண்டவன் போலக் கூறினான்.

நாஸ்த்யா பாட்டி கறுப்புப் பையும் கையுமாக வந்தாள்.

"த்மீத்ரிய் வீட்டில் இருக்கிறானா?" என்று கேட்டாள்.

"மோட்டாருக்கு ஏற்பாடு பண்ணப் போயிருக்கிறான். அவேர்க்கியேவ் தர மறுத்துவிட்டான், கடைகெட்டவன்" என்றாள் பாஷா அத்தை.

எதனால் அவன் கடைகெட்டவனாம், பண்ணை வேலைக்காக அவனுக்கே மோட்டார் வேண்டும். இது முதல் விஷயம். இரண்டாவது விஷயம், அவன்தான் லாரி தந்திருக்கிறானே. சாமான்களோடு சேர்ந்து போகலாமே. இன்னும் என்ன?"

“சாமான்களுக்கு இது சரிதான். ஆனால் மரியாஷாவுக்கும் குழந்தைக்கும் கார் அதிகச் சௌகரியமாக இருக்கும்'' என்றாள் பாஷா அத்தை.

“மட்டுமீறிச் சொகுசு பாராட்டி வழக்கமாகி விட்டது இவர்களுக்கு. நாம் குழந்தைகளை லாரியிலோ காரிலோ எதிலுமே ஏற்றிச் சீராட்டவில்லை. ஆனாலும் வளர்க்கத்தானே செய்தோம்! காரோட்டியின் அறையில் குழந்தையோடு உட்காரட்டும், அது போதும்” என்று சொன்னாள் நாஸ்த்யா பாட்டி.

ஸெர்யோஷா கண்களை மெதுவாகக் கொட்டியபடி கேட்டுக் கொண்டிருந்தான். தவிர்க்க இயலாத பிரிவுபற்றிய எதிர்பார்ப்பினால் அவன் முற்றிலும் ஆட்கொள்ளப்பட்டிருந்தான். நேரப்போகும் துயரத்தைத் தாங்கிக் கொள்வதற்காக அவனுக்குள் இருந்ததெல்லாம் ஒன்று திரண்டு பிகுவேற்றிக் கொண்டிருந்தது போலிருந்தது. லாரியிலோ காரிலோ எதிலானாலும் சரி, அவர்கள் கொஞ்ச நேரத்தில் போய்விடுவார்கள், அவனை விட்டுவிட்டு. அவனே அவர்களை நேசிக்கிறான்.

“இந்த த்மீத்ரிய் என்ன இப்படி? நான் பிரிவு சொல்லிக்கொள்ளலாம் என்று நினைத்தேனே” என்றாள் நாஸ்த்யா பாட்டி.

“நீங்கள் வழியனுப்பப் போவதில்லையா?” என்று கேட்டாள் பாஷா அத்தை.

“எனக்கு ஆலோசனைக் கூட்டத்துக்குப் போக வேண்டும்” என்று சொல்லிவிட்டு நாஸ்த்யா பாட்டி அம்மாவிடம் போய்விட்டாள். நிசப்தம் குடிகொண்டது. வெளியே வானம் இன்னும் கறுத்தது. காற்று வீசத் தொடங்கிற்று. ஜன்னல் கண்ணாடி காற்றில் அதிர்ந்து கிணுகிணுத்தது. மெல்லிய பனிக்கட்டித் தகடு நீர்க்குட்டத்தில் வெண் கோடுகளாக நீண்டது. மறுபடியும் வெண்பனி பெய்தது. வெண்பனிச் சிதல்கள் காற்றில் விரைவாகக் கறங்கின.

“இப்போது எத்தனை மணி பாக்கியிருக்கிறது?'' என்று கேட்டான் ஸெர்யோஷா.

“இப்போது கொஞ்சம் குறைவாக. ஆனாலும் கணிசமான நேரம் இருக்கிறது” என்றாள் பாஷா அத்தை.

நாஸ்த்யா பாட்டியும் அம்மாவும் சாப்பாட்டு அறையில் குவிக்கப்பட்டிருந்த தட்டுமுட்டுச் சாமான்களுக்கு நடுவே நின்று பேசிக் கொண்டிருந்தார்கள்.

“எங்கே போய்விட்டான் இவன்? பிரிவு சொல்லிக் கொள்ள வாய்க்காது போய்விடுமோ? மறுபடி அவனைப் பார்ப்பேனா இல்லையா என்பது தெரியாதே” என்றாள் நாஸ்த்யா பாட்டி.

“இவர்கள் ஒரேயடியாகப் போய்விடுவார்கள், திரும்பவே மாட்டார்கள் என்று இவளும் பயப்படுகிறாள்” என நினைத்துக் கொண்டான் ஸெர்யோஷா.

அதற்குள் அனேகமாக இருட்டிவிட்டது, விரைவில் விளக்கேற்ற வேண்டும் என்பதை அவன் கவனித்தான்.

லியோன்யா அழத் தொடங்கினான். அம்மா அவனிடம் ஓடியவள் ஸெர்யோஷா மேல் மோதிக் கொள்ளத் தெரிந்தாள்.

“ஸெர்யோஷாக் கண்ணூ, நீ எதையாவது வைத்து விளையாடேன்” என்று கொஞ்சலாக மொழிந்தாள்.

அவனுக்கே விளையாடுவதில் மகிழ்ச்சிதான். முதலில் குரங்கையும் அப்புறம் ‘கனசதுரங்களையும் வைத்துக்கொண்டு விளையாட அவன் மனப்பூர்வமாக முயலவும் செய்தான். ஆனால் ஒன்றும் பயனில்லை. எதுவும் ருசிக்கவில்லை, எல்லாம் ஒன்றுதான் என்ற உணர்ச்சி ஏற்பட்டது. சமையலறைக் கதவு திறந்து படீரெனச் சாத்தப்பட்டது. கால்கள் தொப்புத்தொப்பென அடித்தன. கொரஸ்தெல்யோவின் உரத்த குரல் கேட்டது:

‘‘வாருங்கள் சாப்பிடுவோம். ஒரு மணி நேரத்தில் மோட்டார் வரும்.”

“மஸ்க்வீச் கார் கிடைத்ததா?’’ என்று கேட்டாள் நாஸ்த்யா பாட்டி.

“அட இல்லை. கொடுக்க மாட்டார்களாம். அவர்கள் நாசமாய்ப் போக. லாரியில்தான் போக வேண்டி வரும்’’ என்றான் கொரஸ்தெல்யோவ்.

இந்தக் குரலைக் கேட்டு ஸெர்யோஷா வழக்கப்படி மகிழ்ச்சி அடைந்தான், துள்ளி எழப்போனான், ஆனால் “சீக்கிரமே இதெல்லாம் இல்லாது போய்விடும்” என்ற எண்ணம் தோன்றவே, மறுபடியும் கனசதுரங்களை ஒரு நோக்கமின்றித் தரையில் நகர்த்தத் தலைப்பட்டான். கொரஸ்தெல்யோவ் வெண்பனி பட்டுச் சிவந்த கன்னங்களுடன் அறைக்குள் வந்து அவனை நோக்கினான். பின்பு குற்ற உணர்ச்சி தோன்ற, “ஊம், எப்படி இருக்கிறாய், ஸெர்யோஷா?” என்று கேட்டான்.

...அவசர அவசரமாகச் சாப்பிட்டார்கள். நாஸ்த்யா பாட்டி போய்விட்டாள். ஒரேயடியாக இருட்டிவிட்டது. கொரஸ்தெல்யோவ் தொலைபேசியில் யாருடனோ பேசி விடைபெற்றுக் கொண்டிருந்தான். ஸெர்யோஷா அவன் முழங்கால்களில் சாய்ந்து கொண்டு அனேகமாக அசையாது நின்றான். கொரஸ்தெல்யோவ் உரையாடிக் கொண்டே தன் நீண்ட விரல்களால் அவனது முடியைக் கோதினான்.

காரோட்டி திமோகின் உள்ளே வந்து, “அப்புறம் என்ன, தயாரா? துடுப்பு மண்வெட்டியைக் கொடுங்கள், வெண்பனியை அகற்றுவதற்கு. இல்லாவிட்டால் வெளிக்கதவைத் திறக்க முடியாது” என்றான்.

லுக்யானிச் வெளிக்கதவைத் திறந்துவிடுவதற்காக அவனோடு போனான். அம்மா லியோன்யாவை எடுத்துக் கொண்டு பரபரப்புடன் கம்பளியில் அவனைச் சுருட்டலானாள்.

“அவசரப்படாதே. குழந்தைக்கு வியர்க்கப் போகிறது. நேரம் இருக்கும்” என்று கொரஸ்தெல்யோவ் சொன்னான்.

திமோகினுடனும் லுக்யானிச்சுடனும் சேர்ந்து சாமான் மூட்டைகளை லாரியில் ஏற்றுவதில் முனைந்தான். கதவுகள் நொடிக்கொரு தரம் திறக்கப்பட்டன. அதனால் அறையில் குளிர் வந்தது. எல்லோருடைய ஜோடுகள் மீதும் வெண்பனி அப்பியிருந்தது. ஒருவராவது கால்களைத் தேய்த்துத் துப்புரவாக்கிக் கொள்ளவில்லை. பாஷா அத்தையும் இதற்காகக் கடிந்து கொள்ளவில்லை. இப்போது கால்களைத் தட்டித் தேய்த்துக் கொள்ள வேண்டியதில்லை என்பதை அவள் புரிந்து கொண்டாள். தரையில் நீர் குட்டங்குட்டமாகப்

பெருகியது. அது ஈரமும் அழுக்கும் ஆயிற்று. வெண்பனி, மரவுரிப்பாய், புகையிலை ஆகியவற்றின் வாடையும் திமோகினது ஆட்டுத்தோல் மேல் கோட்டிலிருந்து வந்த நாய் நாற்றமும் கலந்து அடித்தன. பாஷா அத்தை ஓடியாடி யோசனைகள் சொன்னாள். அம்மா லியோன்யாவைக் கையில் எடுத்துக் கொண்டு ஸெர்யோஷாவை நெருங்கி ஒரு கையால் அவன் தலையை அணைத்துக் கொண்டாள். அவன் அப்பால் நகர்ந்துவிட்டான். அவள்தான் அவனை விட்டுவிட்டுப் போகப்போகிறாளே, இப்போது எதற்காகத் தழுவிக் கொள்கிறாள்?

தட்டுமுட்டுச் சாமான்கள், பெட்டிகள், சாப்பாட்டுப் பைகள், லியோன்யாவின் துணிகள் அடங்கிய மூட்டை, எல்லாம் லாரியில் ஏற்றப்பட்டு விட்டன. அறைகள்தாம் எப்படி வெறிச்சோடி விட்டன! ஏதோ துண்டுக் காகிதங்கள் கிடந்தன, தூசிபடிந்த மருந்துக் குப்பி ஒன்று விலாப்புறமாக உருண்டு கிடந்தது. வீடு பழையது, தரையில் பூசப்பட்டிருந்த சாயம் உதிர்ந்து போய்விட்டது, குட்டை மேசையும் செருகறைப் பெட்டியும் இருந்த இடங்களில் மட்டுமே சாயம் அழியவில்லை என்பது தென்பட்டது.

லுக்யானிச் பாஷா அத்தையிடம் மேல்கோட்டைக் கொடுத்து, “போட்டுக் கொள். வெளியே குளிராயிருக்கிறது” என்றான். ஸெர்யோஷா திடுக்கிட்டு, “நானும் வெளியே வருவேன்! நானும் வெளியே வருவேன்!” என்று கத்திக்கொண்டே அவர்கள் பக்கம் பாய்ந்தான்.

“பின்னே எப்படி! பின்னே எப்படி! நீயுந்தான், நீயுந்தான்!” என்று தேறுதலாகச் சொல்லிக் கொண்டே அவனுக்கு மேலுடை அணிவித்தாள் பாஷா அத்தை. அதற்குள் அம்மாவும் கொரஸ்தெல்யோவுங்கூட மேலுடை அணிந்து கொண்டு விட்டார்கள். கொரஸ்தெல்யோவ் ஸெர்யோஷாவைத் தூக்கி, ஆர்வத்துடன் முத்தமிட்டு, “தஸ்விதானியா* தம்பீ. சௌக்கியமாக இரு. நாம் பேசிவைத்துக் கொண்டதை மறந்துவிடாதே” என்று தீர்மானமாகச் சொன்னான்.

அம்மா ஸெர்யோஷாவை முத்தமிட்டு, “ஸெர்யோஷாக் கண்ணூ! எனக்கும் ‘தஸ்விதானியா’ சொல்லேன்” என்று

* மறு சந்திப்பு வரை. (மொர்.)

தேம்பினாள். ஸெர்யோஷா பரபரப்பும் கிளர்ச்சியும் காரணமாக மூச்சு திணற, "தஸ்விதானியா, தஸ்விதானியா!" என்று பதிலுக்குச் சொல்லிவிட்டுக் கொரதெல்யோவை ஏறிட்டுப் பார்த்தான். அதற்குப் பரிசு கிடைத்தது.

"சபாஷ், ஸெர்யோஷா, நீ கெட்டிக்காரப் பையன்" என்று பாராட்டினான் கொரஸ்தெல்யோவ்.

அம்மா இன்னும் அழுதுகொண்டே லுக்யானிச்சையும் பாஷா அத்தையையும் பார்த்து, "உங்களுக்கு நன்றி, எல்லாவற்றுக்காகவும்" என்று தழுதழுத்தாள்.

"அட இது எதற்கு!" என்று துயரத்துடன் பதிலளித்தாள் பாஷா அத்தை.

"ஸெர்யோஷாவைக் கவனித்துக் கொள்ளுங்கள்."

"அதைப் பற்றிக் கவலையே படாதே" என்று இன்னும் ஏக்கத்துடன் சொல்லிவிட்டுப் பாஷா அத்தை, "குந்தியிருக்க மறந்துவிட்டீர்களே! குந்தியிருந்துவிட்டுத்தான் புறப்பட வேண்டும்!" என்று திடீரெனக் கூவினாள்.

"எங்கே?" என்று கேட்டான் லுக்யானிச், கண்களைத் துடைத்துக்கொண்டே.

"அட என் கடவுளே! ஊம், நமது அறைக்குப் போவோம்!" என்றாள் பாஷா அத்தை.

எல்லோரும் அங்கே போய் ஆளுக்கு ஓர் இடமாக அமர்ந்தார்கள். எதற்காகவோ தெரியவில்லை, முழுதாக ஒரு நிமிடம் ஒன்றும் பேசாமல் உட்கார்ந்திருந்தார்கள். பாஷா அத்தைதான் முதலில் எழுந்து, "இப்போது புறப்படுங்கள் ஆண்டவன் துணையோடு" என்றாள்.

வாயிற்படிக்கு வந்தார்கள். வெண்பனி பெய்து கொண்டிருந்தது. எல்லாம் வெளேரென்று இருந்தது. வெளிக்கதவு விரியத் திறந்திருந்தது. கொட்டகைச் சுவரில் விளக்கு எரிந்து கொண்டிருந்தது. அதன் வெளிச்சத்தில் வெண்பனிச் சிதல்கள் மொய்த்துப் பறந்தன. சாமான்கள் ஏற்றிய லாரி வெளிமுகப்பின் நடுவே நின்று கொண்டிருந்தது. திமோகின் சாமான்களைத் தார்ச் சீலையால் போர்த்து

மூடினான். ஷூரிக் அவனுக்கு ஒத்தாசை செய்தான். சுற்றிலும் ஆட்கள் கூடி விட்டார்கள்: வாஸ்யாவின் தாயும் லீதாவும் கொரஸ்தெல்யோவையும் அம்மாவையும் வழியனுப்ப வந்திருந்த இன்னும் யார் யாரோ மனிதர்களும். அவர்கள் எல்லோரும் ஸெர்யோஷாவுக்கு வேற்றாராக, முன் காணாதவர்களாகத் தோன்றினார்கள். சூழ இருந்த எல்லாமே அறிமுகமற்றதாகவும் விந்தையாகவும் தென்பட்டது. குரல்கள் பரிச்சயம் அற்றவையாக ஒலித்தன. வெளிமுகப்பே வேறாகக் காணப்பட்டது... இந்தக் கொட்டகையை ஒருபோதுமே பார்த்ததில்லை போலிருந்தது. இந்தச் சிறுவர்களுடன் தான் ஒருபோதுமே விளையாடவில்லை போல எண்ணம் உண்டாயிற்று. இதே திமோகின் மாமா, இதே லாரியில் தன்னை ஒருபோதும் ஏற்றிச் சென்றதில்லை போலத் தோன்றியது. கைவிடப்பட்டவன் ஆகிய தனக்குச் சொந்தமானது எதுவுமே இருந்ததுமில்லை, இனி இருக்கப்போவதுமில்லை என்ற பிரமை உண்டாயிற்று.

“லாரி ஓட்டுவது படு சள்ளையாயிருக்கும். ஒரே வழுக்கல்” என்று பரிச்சயமற்ற குரலில் சொன்னான் திமோகின்.

கொரஸ்தெல்யோவ் லியோன்யாவுடன் அம்மாவைக் காரோட்டி அறையில் உட்கார்த்தி, சால்வையால் இறுக்கமாகப் போர்த்தான். அவன் அவர்களை எல்லோரிலும் அதிகமாக நேசித்தான். அவர்கள் சௌகரியமாக இருக்க வேண்டும் என்று கவலை எடுத்துக்கொண்டான்... தான் லாரியில் ஏறி, பெரியவனாக, நினைவுச்சிலை போல் அங்கே நின்றான்.

“நீ தார்ச்சீலைக்கு அடியில் புகுந்துகொள், த்மீத்ரிய்! தார்ச்சீலைக்கு அடியில்! இல்லாவிட்டால் வெண்பனி சுளீர் சுளீர் என அடிக்கும்!” என்று கத்தினாள் பாஷா அத்தை.

அவன் அவள் பேச்சைக் காதில் வாங்கிக் கொள்ளாமல், ‘‘ஸெர்யோஷா, ஒரு பக்கம் ஒதுங்கிக் கொள். லாரி நசுக்கிவிடாதபடி” என்றான்.

லாரி சீறத் தொடங்கிற்று. திமோகின் காரோட்டி அறைக்குள் ஏறி அமர்ந்தான். லாரி மேலும் மேலும் உரக்கச் சீறிற்று, இடத்தை விட்டு நகரப் பாடுபட்டது... இதோ நகர்ந்து விட்டது, கொஞ்சம் பின்னே வந்தது, அப்புறம்

முன்னே போயிற்று, மறுபடி பின்னே வந்தது. இதோ வெளியேறிவிடும், வெளிக்கதவு சாத்திப் பூட்டப்படும், விளக்கு அணைக்கப்படும், ஆக எல்லாம் முடிந்துவிடும்.

ஸெர்யோஷா ஓரமாக வெண்பனிக்கு அடியில் நின்றான். தான் கொடுத்த வாக்கை அவன் முழு பலத்துடனும் நினைவு வைத்துக் கொண்டிருந்தான். நீண்ட, ஏக்கம் ததும்பும், அனேகமாக ஒலியற்ற தேம்பல்கள் எப்போதாவதுதான் அவனிடமிருந்து வெளிப்பட்டன. ஒரே ஒரு கண்ணீர்த் துளி அவனுடைய இமைமயிரில் திரண்டு நின்று விளக்கொளியில் பளிச்சிட்டது. அது கஷ்டக் கண்ணீர், குழந்தையினது அல்ல, சிறுவனது, துயர் நிறைந்த, சுடுகிற, தன்மதிப்புக் கண்ணீர்...

மேலும் அங்கே நின்று கொண்டிருக்க ஆற்றாதவனாய், அவன் திரும்பி, துயரத்தால் முதுகைக் கூனிக்கொண்டு வீட்டை நோக்கி நடந்தான்.

கொரஸ்தெல்யோவ் ''நில்!'' என்று புகலின்றிக் கூவிக் காரோட்டி அறை மேல் தடதடவென்று தட்டித் திமோகினுக்குச் சைகை செய்தான். "ஸெர்யோஷா! ஊம்! மளமளவென்று! தயாராகு! புறப்படு!"

இவ்வாறு சொல்லித் தரையில் குதித்தான்.

"சட்டென்று! எடுத்துக்கொள் துணிமணிகளையும் விளையாட்டுச் சாமான்களையும். ஒரு மூச்சில். ஊம்!"

"த்மீத்ரிய், நீ என்ன? த்மீத்ரிய், கொஞ்சம் நிதானி! த்மீத்ரிய், உனக்கு மூளை பிசகிவிட்டது!" என்று பாஷா அத்தையும் காரோட்டி அறையிலிருந்து எட்டிப்பார்த்த அம்மாவும் கத்தினார்கள். அவன் கிளர்ச்சி பொங்க, கோபத்துடன் பதில் சொன்னான்:

"அட நீங்கள் சும்மா இருங்கள்! இது என்னவாம், தெரியுமா! ஏதோ அங்கத்தை வெட்டிப் பிரிப்பது போல இருக்கிறது. உங்கள் விருப்பம் எப்படியோ, ஆனால் என்னால் முடியாது. அவ்வளவுதான்."

"ஏ என் ஆண்டவனே! குழந்தை அங்கே மடிந்து போவானே!" என்று கத்தினாள் பாஷா அத்தை.

“நீங்கள் போங்கள்! அவனுக்குப் பொறுப்பு ஏற்கிறேன் நான், தெரிந்ததா? அவனுக்கு ஒரு கேடு வராது. உங்களுடைய மடத்தனம் இது. சீக்கிரம், சீக்கிரம், ஸெர்யோஷா”

இப்படிக் கூறிவிட்டு வீட்டுக்குள் ஓடினான்.

ஸெர்யோஷா முதலில் மலைத்து நின்று விட்டான். அவன் நம்பவில்லை, அரண்டு போனான்...

அவனுடைய நெஞ்சுப் படபடப்பு மண்டையை அதிரச் செய்தது... அப்புறம் ஸெர்யோஷா வீட்டுக்குள் பாய்ந்தான், மூச்சிரைக்க அறைகளைச் சுற்றிவந்தான், ஓடுகிற ஓட்டத்தில் குரங்கை எடுத்துக் கொண்டான் திடீரென்று நம்பிக்கை இழந்தான். கொரஸ்தெல்யோவ் ஒரு வேளை எண்ணத்தை மாற்றிக் கொண்டிருப்பான், அம்மாவும் பாஷா அத்தையும் வாதிட்டு அவன் தீர்மானத்தைக் கைவிடச் செய்திருப்பார்கள் என்று நினைத்து மறுபடி அவர்களை நோக்கி ஓடினான். ஆனால் அதற்குள் கொரஸ்தெல்யோவ் “கிளம்பு, கிளம்பு!” என்று கூறியவாறு அவன் பக்கம் ஓடி வந்தான். இருவருமாக ஸெர்யோஷாவின் சாமான்களைத் திரட்டினார்கள். பாஷா அத்தையும் லுக்யானிச்சும் உதவி செய்தார்கள். லுக்யானிச் ஸெர்யோஷாவின் மடக்குக் கட்டிலை மடக்கிக் கொண்டே, ‘த்மீத்ரிய், நீ செய்தது சரி! அருமையான காரியம்!” என்றான்.

ஸெர்யோஷாவோ தன் சாமான்களில் கைக்கு அகப்பட்டதை எல்லாம் பாஷா அத்தை கொடுத்த பெட்டியில் அசுரவேகத்தில் அள்ளிப் போட்டான். சீக்கிரம் சீக்கிரம்! இல்லாவிட்டால் திடீரென்று போய்விட்டார்களானால்? இவர்கள் இப்போது என்னதான் செய்வார்கள் என்று நிச்சயமாகச் சொல்லவே முடியாதே... இதயம் தொண்டைக் குழியில் எங்கோ அடித்துக் கொண்டு மூச்சுவிடுவதையும் கேட்பதையும் தடுத்தது.

பாஷா அத்தை தன் மேலுடையைச் சரிப்படுத்துகையில் “சீக்கிரம்! சீக்கிரம்!'' என்று கத்தினாள். அப்புறம் திமிறிக்கொண்டு கொரஸ்தெல்யோவ் எங்கே என்று விழிகளால் துழாவினாள். லாரி அதே இடத்தில் நின்று கொண்டிருந்தது. கொரஸ்தெல்யோவ் இன்னும் ஏறிக்கொள்ளக்கூட இல்லை. எல்லோரிடமும் பிரிவு

சொல்லிக் கொள்ளும்படி ஸெர்யோஷாவைப் பணித்தான்.

அப்புறம் அவன் ஸெர்யோஷாவைத் தூக்கி, காரோட்டியின் அறையில் அம்மாவுக்கும் லியோன்யாவுக்கும் பக்கத்தில் அம்மாவின் சால்வைக்கு அடியில் திணித்தான். லாரி புறப்பட்டது. அப்பாடா, கடைசியில் நிம்மதியாயிருக்கலாம்.

காரோட்டி அறையில் ஒரே நெருக்கம். ஒன்று, இரண்டு, மூன்று - நான்கு ஆட்கள், ஓகோ! ஆட்டுத்தோல் கோட்டு நாற்றம் கடுமையாக அடிக்கிறது. திமோகின் புகை குடிக்கிறான். ஸெர்யோஷா இருமுகிறான். திமோகினுக்கும் அம்மாவுக்கும் நடுவே அவன் உட்கார்ந்திருக்கிறான். தொப்பி அவனுடைய ஒரு கண்ணை மறைக்கிறது. லேஞ்சி கழுத்தை இறுக்குகிறது. ஜன்னலையும் அதற்கு வெளியே, லாரியின் முன்விளக்குகளால் ஒளியூட்டப்பட்ட வெண்பனி பெருகியோடுவதையும் தவிர வேறு எதுவுமே தெரியவில்லை. படு அசௌகரியம். ஆனால் நமக்கு இது ஒரு பொருட்டல்ல: நாம் பயணம் செய்கிறோம். எல்லோரும் ஒன்றாகப் போகிறோம், நமது லாரியில். நமது திமோகின் லாரியை ஓட்டுகின்றான். வெளியே, நமக்கு மேலே, வருகிறான் கொரஸ்தெல்யோவ். அவன் நம்மை நேசிக்கிறான், நமக்குப் பொறுப்பு ஏற்கிறான். வெண்பனி அவனைச் சுளீரென்று அடிக்கிறது. ஆனால் நம்மை அவன் காரோட்டி அறையில் உட்கார வைத்திருக்கிறான். நம் எல்லோரையும் அவன் ஹோல்மகோரீக்கு அழைத்துச் செல்கிறான். அட என் ஆண்டவனே, நாம் ஹோல்மகோரீக்குப் போகிறோம், எப்பேர்ப்பட்ட இன்பம்! அங்கே என்ன இருக்கிறதோ தெரியாது, ஆனால் எப்போது நாம் அங்கே போகிறோமோ, அது நேர்த்தியாகவே இருக்க வேண்டும்! திமோகினது ஹார்ன் கடூரமாக ஒலிக்கிறது. மினுமினுக்கும் வெண்பனி ஜன்னலில் நேரே ஸெர்யோஷா மேல் பாய்ந்து வருகிறது.

1955

நன்றி: முன்னேற்றப் பதிப்பகம், மாஸ்கோ.